AF742791

பொன்கூண்டு

(பஞ்சரசுகி)

பொன்கூண்டு

(பஞ்சரசுகி)

கிருத்திகா

எழுத்து பிரசுரம்

Title: Ponkoondu
Author's Name: Krithika

Published by Ezutthu Prachuram

Ezutthu Prachuram
(An imprint of Zero Degree Publishing)
No. 55(7), R Block, 6th Avenue,
Anna Nagar,
Chennai - 600 040

Website: www.zerodegreepublishing.com
E Mail id: zerodegreepublishing@gmail.com
Phone : 89250 61999

Ezutthu Prachuram First Edition: October 2022
ISBN: 978-93-91748-44-9
TITLE NO EP: 365

Rs.

Cover Design & Layout: Vijayan,Creative Studio
Printed at Manipal Technologies, India

என் அன்பு மிகுந்த ஜயாவுக்கு சமர்ப்பணம்.

பொருளடக்கம்

1. ஒரு நாள்

டங் டங் டங்.

நீரா நிமிர்ந்து பார்த்தபோது, அந்தக் கிழக் கடிகாரம் அடிப்பதை நிறுத்திக்கொண்டது. அவள் அதை உற்று நோக்கினாள். ஆனால் அவளுடைய அகக் கண்ணின் பார்வை அதை விட்டு நெடுந்தூரம் போய்விட்டது. ஆமாம். அதே கடிகாரம், அதே நாற்காலி... அதில் பதிந்திருந்த சுருக்கங்கள் கூட பழைய உருவத்தை நினைவுறுத்தின. அதே கட்டில்.... அதே சாய்மான நாற்காலி. அதே மேஜை... நிலைக் கண்ணாடியில் கூட சன்னலோரத்தில் நின்றுகொண்டு முகக்ஷவரம் செய்து கொள்ளும்போது அவருடைய முகம் தெரிவது போல் ஏதோ ஒரு சாயை நிழலாடியது. நீரா ஒரு நீண்ட பெருமூச்சு விட்டாள். உருவம் தெரிவதாவது? அது மறைந்துதான் ஐந்து வருஷங்கள் ஆகிவிட்டனவே! அவள் அந்தக் கிழக் கடிகாரத்தை மறுபடியும் நிமிர்ந்து பார்த்தாள்.

'நான் போன பின்பு இதை யாராவது விற்று விடுவார்கள்' என்று அவர் அடிக்கடி சொல்வதுண்டு. இருந்தும், ஐந்து வருஷங்கள் ஆகியும் அது அதன் இடத்தில் அப்படியே இருந்தது. அவருடைய மற்ற சாமான்களும் அப்படியே இருந்தன. (இதை

என்னுடைய சித்தப்பா பதினைந்து ரூபாய்களுக்கு ஒரு ஏலத்தில் வாங்கினார். இதற்கு வயது எழுபத்து ஐந்து. இதைக் கொடுக்க வேண்டுமென்ற எண்ணம்...)

'யாருக்கப்பா அப்படி ஒரு நினைப்பு?' அவர் அவ்விதமாகப் பேசும் பொழுதெல்லாம் நீரா குறுக்கிட்டுக் கேட்பாள்.

'நான் போன பின்பு இதை யாராவது விற்றுவிடுவார்கள்.'

அவர் சென்ற பின்பு அவருடைய நினைவும் சீக்கிரத்தில் சிதைந்துவிடுமென்பதைத்தானே அவர் அப்படி சுருக்கமாயும் கூடகமாயும் வெளியிட்டார்? இவ்விதமாகப் பேசுவது அவருடைய ஒரு தனி நடை. அதற்கு அப்பாவின் 'சூத்ரபாஷை' என்று நீரா வேடிக்கையாகப் பெயர் சூட்டியிருந்தாள். ஆனால் அவருடைய சூசகமான வார்த்தைகள் ஒவ்வொன்றும் அவள் உள்ளத்தில் புரையோடி இருப்பது அவளுக்குத் தெரியும். யார் அவரை மறந்தாலும் நீராவால் அவரை மறக்க முடியாது.

தகப்பனாரின் விசேஷ குணங்களைப் பாராட்டக்கூடிய பக்குவ நிலை இப்போதுதான் தனக்கு ஏற்பட்டுள்ளதாக நீரா எண்ணினாள். நாற்பது வயதிற்கு மேல்தான் மனிதனுக்குப் பிறரை நன்றாகப் புரிந்துகொள்ளும் தன்மை உண்டாகிறது. அதுவரையில் அனுபவம் அவனுக்குக் கொஞ்சங் கொஞ்சமாகப் பகுத்தறிவை ஊட்டிக் கொண்டே வருகிறது. அனுபவமென்பது எல்லோருக்கும் எளிதில் கிடைக்கக்கூடியதல்ல. மேலும் நீரா, வெகு வருஷங்களுக்கு குழந்தைத்தனமாகவே இருந்து விட்டாள். அதனால் அப்பாவின் பேரறிவின் சூட்சமமான போக்கைச் சுவைத்து ரசிக்க அவளுக்கு வெகு காலத்திற்குத் திறமை ஏற்படவில்லை. அவ்விதமாக அவள் பக்குவமடைந்த சமயத்தில் அப்பா மறைந்துவிட்டார்! என்ன அபாக்கியம்! தம் நினைவு சீக்கிரத்தில் மறையும் என்று அவர் எப்படி நினைத்தார்? நாட்கள் ஆக ஆகத்தானே அவளுக்கு அவரைப் பிரிந்திருக்கும் வேதனை அதிகரித்துக் கொண்டு வருகிறது. அதுவும், மென்னியைப் பிடிக்கும் சில நெருக்கடிகள் ஒன்றன் பின் ஒன்றாக அவளைத் தாக்கும்போது, அந்த அன்பு மிகுந்த

ஆதரவை எண்ணி அவள் எப்படி ஏங்காமல் இருக்க முடியும்? காலம் சென்றால் சோகம் மறையும் என்று சொன்னது யார்? அது யாராக இருந்தாலும் இவ்விதமான துயரத்தை அவன் அனுபவித்திருக்க முடியாது.

சிற்சில சமயத்தில் தன்னைக் கூண்டில் அடைத்துவிட்டதுபோல் நீராவிற்கு ஒரு பிரமை ஏற்படும். வெளியே வரமுடியாமல் திண்டாடுவது போல் அவளுக்குள் ஒரு பிடிப்பு நெருக்கிக்கொண்டிருக்கும். கூண்டை விட்டு விடுதலை அடைந்து எதேச்சையாகப் பறந்து போக வேண்டுமென்ற ஒரு ஆவல் அடிக்கடி உண்டாகும். அவள் எதைவிட்டுப் போக விரும்புகிறாள்? எதை நோக்கிப் பறக்க ஆசைப்படுகிறாள்? எதனால் இந்த நிச்சயமில்லாத ஆட்டம்? அப்பா இருந்த வரையில் அவளுக்கு இவ்விதமான உறுதியற்ற நிலைமை ஏற்படும் போதெல்லாம் நீரா பரதபுரிக்கு ஓடி வந்துவிடுவாள். அவரும் குஞ்சை அண்டக் கொடுத்துக் காக்கும் தாய்ப் பறவையைப் போல் அவளைத் தம் அன்பால் போர்த்து மூடிக் காப்பார். இத்தனைக்கும் நீரா அவரிடம் ஒன்றும் சொன்னது கூடக் கிடையாது. இருந்தாலும் அவர் அவளுடைய அந்தரங்கத்தின் தாளாமையை அறிந்திருக்க வேண்டும். ஏதோ ஒரு இயற்கை அறிவு அதை அவருக்கு உணர்த்தியிருக்க வேண்டும். அப்படியானால் அவர் அவளுடைய சத்துருக்னபுரி வாழ்வையும் புரிந்து கொண்டிருந்தாரா? அதன் ஆழமற்ற வெறுமையைக் கண்டு கொண்டு இருந்தாரா? இருக்கும். அப்பாவைப் போலுள்ளவர்களை சத்துருக்னபுரியின் மேல்மட்டமான பகட்டு ஏமாற்ற முடியாது. அப்பா மறைந்த பிறகு அவள் அகத்தில் ஒரு சூன்யம் ஏற்பட்டது. என்ன செய்தாலும் எதைக் கொண்டும் அதை நிரப்ப முடியவில்லை. அவள் ஏகாந்தத்தில் அகப்பட்டு அவதிப்பட்டாள்.

சத்துருக்னபுரி சமூகத்திற்கு நீரா ஒரு அணிகலன். அவளுடைய வாழ்வு பயிற்சியால் ஒழுங்குடன் வரையப்பட்ட ஒரு சித்திரம் போல் தோற்றமளித்தது. கணவன், மக்கள், பண்பு, கல்வி, செல்வம் - அவளுக்கு ஒரு விதத்திலும் குறைவில்லை. பின்?

அடிக்கடி பறந்து போய்விட வேண்டுமென்ற இந்த அடக்க முடியாத இச்சை? இது எதனால் அவளுக்கு உண்டாகிறது? வாழ்வை இத்தனை தூரம் திருத்திப் பழக்கிவிட்டதால் அவள் உள்ளத்தில் இறுக்கம் உண்டாகிவிட்டதா? ஆனால் அவளாகவேதானே அப்படிப் பயிற்சி செய்து கொண்டாள். குறையில்லாதவளாக இருக்க வேண்டுமென்று அவள்தானே ஆசைப்பட்டாள் - பிரயத்தனம் செய்தாள்? அப்படியே, இன்று இவள் அப்பழுக்கில்லாத ஒரு தோற்றமளித்தாள். ஒருவேளை, நீரஜாட்சி என்னும் குறையில்லாத அந்தப் பெண்மணியின் இதயத்தில் கூட ஒரு சிறு புழுவா...? அது எப்பேர்ப்பட்டது? அது ஒரு புழுவா, அல்லது அவளுடைய ஆத்ம சுபாவத்தின் ஒரு உண்மையான தோற்றமா?

"நீரா... நீரா, எங்கே இருக்கிறாய்?" என்று அப்போது தாயார் கூப்பிடுவது காதில் விழுந்தது.

"இங்கேதான்... அப்பாவின் அறையில்..." என்று அவள் பதில் கொடுத்தாள்.

"இரு, இதோ வருகிறேன். உன்னிடம் சில முக்கியமான விஷயங்கள் பேச வேண்டும். நீலவேணி அந்தப் புடவையை எடு... நீராவிடம் காட்ட வேண்டும். அவளுக்குப் பிடித்தால்....? அப்புறம் கீழ்த்தட்டில் வைத்திருக்கும் பாவாடைத் துண்டுகளையும் எடுத்து வா. அதோ வாசல் மணி அடிக்கிறது. பால்காரனா என்று பார்! அவனானால் நேற்றுக் கொடுத்த புட்டிப் பாலைப் பற்றிச் சொல்லு. இதோ வந்துவிட்டேனடி, நீரா. கொஞ்சம், இரு."

அடுத்த அறையில் இருந்த நீரா இதையெல்லாம் கேட்டுச் சிரித்துக்கொண்டாள். அம்மா எப்போதுமே இப்படித்தான். சில்லறை விஷயங்கள் அவளை மிகவும் பாதிக்கும். அவற்றைக் கொண்டு தன் வாழ்க்கையை நிரப்புவதும் அல்லாமல், சிக்குண்டு திண்டாடவும் செய்வாள். ஆனால் அதே அம்மா பூகம்பங்கள் நிகழ்ந்தால், அசையாமல் அதிராமல், தூண் போல் ஆதாரம் கொடுப்பாள். அப்பா எதிர்பாராத விதத்தில் திடீரென்று

போய் விட்டார். அப்போது அம்மா காண்பித்த விரக்தியைக் கண்டு நீரா வியந்தாள். அடடா! காலனின் தீர்ப்பை எத்தனை பணிவுடன் அவள் ஏற்றுக்கொண்டாள்? அதுவுமல்லாமல் நடந்தது நடந்தாகிவிட்டது, இனிமேல் என்ன? என்பது போல் எத்தனை விவேகம் காண்பித்தாள்? நீராதான் புலன் இழந்து, மதி மயங்கி, சுரணையற்று, அப்படியே கல்லாய்ச் சமைந்து விட்டாள். அம்மாவிற்கு இவ்வித சமயங்களில் எங்கிருந்துதான் அத்தனை நிதானம் உண்டாகுமோ! நீரா மறுபடியும் அதிசயப்பட்டாள்.

சாரங்கன் அவர்களைத் துறந்துவிட்டான் என்ற செய்தி கிடைத்ததும் அம்மா அதே அமைதியுடன் அந்தத் தீர்ப்பை ஏற்றாள். "இனிமேல் அவன் பெயரை இந்த வீட்டில் எடுக்கக் கூடாது" என்று அப்பா கர்ஜித்தபோது கூட அவள் வாய் திறவாமல் எழுந்து போய்விட்டாள். நீராவிற்கு யாரைச் சமாதானம் செய்வதென்று தெரியவில்லை. உண்மையில் சாரங்கனுடைய கடிதத்தைக் கண்டு அப்பாவின் இதயம் மாத்திரம் புண்பட்டிருக்காதா? அந்த வருத்தத்தின் உஷ்ணம் தாங்காமல்தானே அவர் அப்படிச் சொன்னார்? அம்மாவிற்கும் அது விஷயம் தெரியாதா என்ன?

நீரா அதை அவளுக்கு விளக்க அம்மா பின்னால் சென்றாள். அம்மா அடுத்த அறையில் விறைத்தபடி உட்கார்ந்திருந்தாள். நீராவைப் பார்த்தவுடன், "மனிதன் என்றால் குறையில்லாமல் பிறக்க முடியுமா? அப்பாவிற்கோ, யாராக இருந்தாலும் சரி - கொஞ்சம் பலஹீனமோ தளர்ச்சியோ காட்டினால் பொறுக்காது" என்று கசப்புடன் சொன்னாள்.

அவள் அப்பாவிடம் போனாள். "அப்பா... சாரங்கன் இப்படி எழுத வேண்டுமானால் அவன் மனம் ரொம்பக் கஷ்டப்பட்டிருக்க வேண்டும். என்ன நடந்ததோ தெரியாத்தனமாய் அநுதாபம் காட்டி அப்புறம் தாட்சிண்யத்தினால் விட்டுக்கொடுக்க முடியாமல் அகப்பட்டுக்கொண்டு விட்டானோ என்னமோ! எல்லோருக்குமே, உங்களைப் போல் மனோதிடம் இருக்க முடியுமா?"

“போதும், அவனைப் பற்றிய பேச்சை இத்துடன் நிறுத்திக்கொள். கொண்ட மனைவி ஒருத்தி இருக்கும்போது...” அவர் சட்டென்று தான் மேலே சொல்ல வந்ததை அடக்கிக்கொண்டார். பிறகு சற்று நிதானித்தபடி, “அவன் நேர்மை கெட்டு நடந்துவிட்டான். நீ அவனுக்காகப் பரிந்து பேச வேண்டாம்” என்றார். ஆனால் அப்பாவை வருத்தப்படுத்த வேண்டுமென்று சாரங்கன் கடிதத்தில் அழுத்தமாக எழுதியிருந்த அவ்வார்த்தைகளை நீராவால் கூட மன்னிக்க முடியவில்லை.

அம்மாவிற்குச் சென்றதைக் குறித்து மீண்டும் மீண்டும் சொல்லிப் புலம்பும் சுபாவம் உண்டு. யாரிடம் சொல்லுவாள்? அப்பாவோ தடை உத்தரவு போட்டுவிட்டார். நீராவோ சத்துருக்னபுரியில் இருந்தாள். அதனால் நீலவேணியிடம்தான் அவள் அடிக்கடி அதைப் பற்றிப் பேசி அங்கலாய்த்துக் கொள்ளுவாள்.

“சாரங்கன் (சீமையிலோ, ஜப்பானிலோ, எங்கே இருக்கிறானோ யார் கண்டார்கள்.) அந்த வெளிநாட்டுப் பெண்ணுடன் சந்தோஷமாய் இருப்பான் என்று எண்ணும்போது, அவனைக் குறித்து வருத்தமாய் இல்லை. இந்தப் பெண் சந்திரமதியை நினைத்தால்தான் கஷ்டமாய் இருக்கிறது. அவளைப் பரிதவிக்க விட்டுவிட்டுப் போய்விட்டானே, அவன்! அவள் பெறப்போகும் குழந்தையின் கதிதான் எப்படியோ!” இவ்விதமாய் அவள் புலம்புவதை ஒருநாள் அப்பா கேட்டுக்கொண்டே உள்ளே வந்துவிட்டாராம்.

“கவலைப்படாதே. சாரங்கன் குழந்தையை நான் கைவிட மாட்டேன்” என்று சுருக்கமாய் சொல்லிவிட்டுப் போனாராம். இதை அப்பா இறந்த பிறகு அம்மா நீராவிடம் சொன்னாள். எப்போதும் போல் அப்பாவின் வார்த்தைகள் வீண் போகவில்லை. அவர் சென்ற பின் அவருடைய விஷயங்களை ஆராய்ந்து பார்த்தபோது, சாரங்கனின் குழந்தை ஸ்ரீவித்யாவிற்கும், அவருடைய கம்பெனி வரும்படியில் ஒரு பங்குண்டு என்று நீராவிற்குத் தெரிய வந்தது.

“நீரா, இதோ வந்துவிட்டேன். காப்பி போட்டாய் விட்டது.

கலந்து கொண்டு வருகிறேன். சுடச்சுட நான் கலந்தால்தானே உனக்குப் பிடிக்கும்?" என்றது அம்மாவின் குரல்.

எதிரே கதவை மறைத்துக் கொண்டிருந்த திரை லேசாகக் காற்றில் பறந்தது. அவள் தாயார் நடந்து சமையலறைக்குள் போவது நீரா கண்களுக்கு அரைகுறையாகத் தென்பட்டது.

இன்றுகூட, இந்த வயசில் கூட அவளுடைய அழகு குறையவில்லை என்றுதான் நீராவுக்குத் தோன்றிற்று. வாஸ்தவம். வயது முதிர்ச்சியால் சில கோடுகள், கொஞ்சம் தளர்ச்சி, முகத்தில் கவலையின் ரேகைகள்; அவளுடைய ரோஜா நிறத்தின் பளபளப்பு சிறிது மங்கிப் பழுப்பேறியிருந்தது. ஆனாலும் அவளைப் பார்ப்போருக்கு அவள் ஒரு காலத்தில் அதிரூபவதியாக இருந்திருக்க வேண்டுமென்பது தெளிவாக விளங்கும். ஆமாம், அம்மாவின் நடையில் ஒரு சின்ன நடுக்கம். நீரா அவள் போவதையே உற்றுப் பார்த்துக்கொண்டிருந்தாள்.

அப்போது நாற்பது வருடங்கள் சட்டென்று ஓடி ஒளிந்து கொண்டன.

★★★

அவள் பாட்டி மடியில் உட்கார்ந்து கொண்டிருந்தாள். பாட்டி, வந்திருந்த தன் தோழியுடன் ஸ்வாரஸ்யமாகப் பேசிக்கொண்டிருந்தாள். நீராவோ எப்போதும் போல் தன்னுடைய தனி சொப்பன உலகில் மிதந்து கொண்டிருந்தாள். அவள் மனோரதம் உல்லாசமாய்த் துள்ளிக் குதித்தபடி சவாரி போய்க்கொண்டிருந்தது. கற்பனை உலகம்! ஆமாம், அந்த வயதிலுங்கூட நீராவிற்கு சுயேச்சையாகப் பறந்து சென்று கற்பனை உலகத்தில் இன்பமாக நீந்த வேண்டுமென்ற ஆசை இருந்திருக்க வேண்டும். அழகிய ராஜகுமாரிகள், அரச குமாரர்களான இளஞ்சிங்கங்கள், ருசியான தின்பண்டங்கள்....

நீராவிற்கு அந்த வயதின் கற்பனை உலகச் சித்திரங்கள் ஒன்றும் இப்போது தெளிவாக நினைவிற்கு வரவில்லை. ஆனால் ஒன்று மாத்திரம் பளிச்சென்று தெரிந்தது. அப்போது கூட

அவளுக்குப் பறந்து செல்ல வேண்டுமென்ற இந்தத் துடிப்பு இருந்தது என்பது தெளிவாயிற்று.

"ஏண்டி, உன் நாட்டுப் பெண் எங்கே காணோம். கூப்பிடு பார்ப்போம், பெயருக்கேற்ற அப்படி ஒரு ரதியாமே அவள்!" இவ்வார்த்தைகளைக் கேட்டவுடன், நீரா கனவு காண்பதை நிறுத்திக்கொண்டு, பாட்டியின் தோழியை ஆச்சரியக் கண்களுடன் விழித்துப் பார்த்தாள்.

உடனே பாட்டி, "கமலாம்பா" என்று கூப்பிட்டாள். அப்போது அம்மா நடந்து வந்து கதவின் சட்டத்தில் பதிந்த ஒரு சித்திரம் போல் காட்சியளித்த அழகு இன்றும் நீராவின் அகக் கண்ணில் ஒளி வீசிற்று. பொங்கிவரும் வெள்ளி நிலவு போல் ஒரு மேனி, கொஞ்சும் பார்வை, துவளும் இடை. அழகாக அவள் நடந்து வரும்போது, கன்னங்கரேலென்ற அவள் சடை பாம்புக்குட்டி போல் அவள் முதுகில் புரண்டது. நெற்றி வகிடு மின்னல் கீற்றைப்போல் அக் கருங்கூந்தல் நடுவே மிளிர்ந்தது. கேவலம் கேசத்தைப் பிரிக்கும் வகிடா அது... அழகிற்கே சின்னமாய் விளங்கும் ஸீமந்தமென்ற அடையாளம் அல்லவா!

"இவளுக்குக் கமலாம்பாள் என்று மாத்திரமா பெயர் வைக்கலாம்? தேவியின் நாமாவளி அத்தனையும் இவளுக்குப் பொருந்துமே" என்று வியப்புடன் கூவினாள், அந்த அம்மாள். பாட்டியின் தோழி சொன்னதன் தாத்பரியம் இன்னதென்று அப்போது நீராவிற்குப் புரியவில்லை. ஆனால் அந்த நிகழ்ச்சி ஏனோ அவள் மனசை விட்டு மறையவில்லை. பல வருஷங்கள் கழித்து, அவளுக்கு வரிசையாக நான்கு பெண் குழந்தைகள் பிறந்ததும், அந்தச் சம்பவம் அவள் மனசில் கருத்துக் கொண்டது. ஓகோ... தேவியின் நாமாவளி... ஏன் அப்படியே செய்தால் என்ன? அவள் தன் பெண்களுக்கு வரிசையாக, சித்தேசுவரி, காமேசுவரி, மஹேசுவரி, திரிபுரேசுவரி என்று பெயர்கள் இட்டாள். இப்படி பெயரிட்டாலாவது, அம்மாவின் அழகின் சிலசில அம்சங்கள் தன் பெண்களைச் சேராதாவென்று நீராவிற்கு ஒரு நம்பிக்கை.

அம்மாவின் அழகைப் பற்றி அப்பா அடிக்கடி வேடிக்கை செய்வார். ஆனால் அந்தக் கொக்கரிப்பிற்கு ஊடே எத்தனை பெருமிதம் இருந்திருக்க வேண்டும்! அவர் அப்படிப் பரிகாசம் செய்யும் போதெல்லாம் அம்மா முகத்தில் ஒரு அபூர்வமான புன்னகை தவழும். அடாடா.... அந்தப் புன்னகை இப்போது எங்கே மறைந்து விட்டது? ஒவ்வொரு சமயம் கருமேகங்களுக்கு இடையே பளிச்சிடும் மதியைப் போல் ஸ்ரீவித்யாவைக் காணும்போது அது எப்போதாவது தோன்றுவதுண்டு.

அப்பாவைப் பற்றி இப்போது யாராவது பேச்செடுத்தால், அவள் அழுவது வழக்கமில்லை. முகத்தைத் தொங்கப் போட்டுக்கொண்டு வருந்திப் புலம்புவதும் கிடையாது. ஆனால் துயரம் அவள் உள்ளத்தை நிரப்பியிருப்பது நீராவிற்குத் தெரியும்.

'இனிமேல் என்னடி, காத்துக் கொண்டிருக்கிறேன் - காலன் எப்போது - எந்த மாதிரியில் - எப்படி வந்தாலும் சரி.' இதைக் கேட்கும்போதெல்லாம் நீராவின் இதயம் சுண்டிவிடும். வயதானவர்கள், வாழ்க்கையில் இனி எதிர்பார்க்க ஒன்றுமில்லை என்று தெரிந்து கொண்டு, மரணத்திற்காகக் காத்திருப்பது ஒரு பரிதாபகரமான காட்சி. ஆனால் அவள் தாயார் ஒரு குறியும் இல்லாமல் ஒரு வேலையும் இல்லாமல், சும்மா சாப்பிட்டுவிட்டுத் தூங்குபவள் அல்ல. ஏதாவது ஒன்று... ஒரு கவலை... அல்லது ஒரு சின்னக் காரியம் அவளுக்கு இருந்து கொண்டே இருக்கும்.

அப்போது, ஆவிபொங்கும் காப்பிக் கோப்பையை தட்டில் ஏந்தியபடி கமலாம்பாள் உள்ளே வந்தாள். வந்தவள், நீராவின் மனசில் தோன்றி மறைந்து கொண்டிருந்த எண்ணங்களுக்கு எதிரொலி கொடுப்பது போல் பேசினாள். “நீரா, உன்னிடம் சொல்ல வேண்டுமென்று நினைத்துக்கொண்டிருந்த சங்கதிகள் எத்தனையோ.... மறந்து போய்விடுமென்று ஒரு துண்டுக் காகிதத்தில் எழுதி வைத்திருந்தேன். எனக்கே மறதி அதிகம் அல்லவா... எங்கே இங்கே மேஜை மீதுதானே அந்தத் துண்டை வைத்திருந்தேன்? நீலவேணி நான் குறிப்புகள் எழுதி வைத்த

துண்டுக் காகிதத்தைப் யார்த்தாயா? நீ காப்பியைக் குடி, அதற்குள், இதோ போய்ப் பார்த்து அந்தத் துண்டை எடுத்து வருகிறேன்." அவள் தாயார் மறுபடியும் போய்விட்டாள்.

நீரா திரும்பவும் தனக்குத்தானே சிரித்துக் கொண்டாள். மறந்து போகக் கூடாது என்று எழுதி வைத்த விஷயத்தை மறந்து போய் எங்கேயோ வைத்து விட்டாள். இல்லை, எங்கோ வைக்கவில்லை. மிக பத்திரமாய்த்தான் வைத்திருக்கிறாள். ஆனால் அதிகமாய் பத்திரப்படுத்திவிட்டதால், இப்போது தேடத்தேட அது அகப்படவில்லை.

ஒரு துண்டுக் காகிதம். அது அகப்படாமல் போனதில் என்ன ஆச்சரியம்! அம்மாவிற்கே சின்னச் சின்னத் துண்டுகளில் சங்கதிகளை எழுதி வைப்பதில் விருப்பம் அதிகம். இத்தனை சின்னக் காகிதத்தை உபயோகப்படுத்தினால், அது தொலைந்து போகாமல் இருக்குமா?

'இரும்புப் பெட்டியைத் திறந்து பார், கிடைக்கும்' என்று அப்பா ஆத்திரத்துடன் சொல்வதுண்டு. அப்பாவிற்குப் பொறுமை போதாது. அம்மா அந்தப் பொருளைத் தேடிக்கொண்டு வரும் வரையில் அவருக்குக் காத்திருக்கச் சகிக்காது. கறுமுறுவென்பார்; பற்களைக் கடிப்பார்.

"அப்பாவைப் போல் ஏற்பாடாகவும், கிரமமாகவும் எனக்குக் காரியங்களை நடத்தத் தெரியவில்லையே!" என்று அம்மா அங்கலாய்த்துக் கொள்ளுவாள்.

"சரி, போதும் சாவியைத் தேடினது. புறப்படு" என்று அதட்டுவார், அப்பா. சாவியைத் தேடும் காரியத்தில் ஈடுபட்டு, அப்பா அவளுக்காகக் காத்திருக்கும் விஷயத்தை அம்மா மறந்துவிடுவாள். அவரோ வண்டி எதிரே பொருமிக்கொண்டே நின்றிருப்பார். கடைசியில் பொறுமையை இழந்தவாறு அவளை உரக்கக் கூப்பிடுவார். வேறுவழி இல்லாமல் அம்மா தயக்கத்துடனேயே காரில் ஏறுவாள். அது புறப்பட்டு நகரும் தருவாயில் சன்னல் வழியாக வெளியே தலையை நீட்டி,

“தேடிப் பார்த்து எடுத்துப் பத்திரமாய் வையடி நீலவேணி” என்று எச்சரித்துவிட்டுப் போவாள்.

இப்போதும் அது போலவே செய்தாள். “தேடிப் பார், நீலவேணி. நீராவிற்கு இங்கே வந்தால் அதிகப் பொழுது இருக்காது. அவளுக்காக நூறு அலுவல்கள் எப்போதும் காத்துக்கொண்டிருக்கும். அவளும் சடசடவென்று தன் வேலைகளைக் கவனித்துவிட்டுத் திரும்பி சத்துருக்னபுரிக்குப் போய்விடுவாள். அப்புறம் நான்தான், நீராவிடம் இதைச் சொல்லவில்லை, அதைக் கேட்கவில்லை என்று புலம்பிக்கொண்டிருப்பேன். ஆனால் ஒன்று, சுப்பாமணி விஷயம் ஞாபகத்தில் இருக்கிறது.... சொல்லி விடுகிறேன்.”

“நீரா.... கேட்டாயா?” என்று சொல்லிக்கொண்டே அவள் தாயார் மறுபடியும் உள்ளே வந்தாள்.

“கேட்டேன் சுப்பாமணியா? இத்தனை நாட்களுக்குப் பிறகு அவனைப்பற்றிப் பேச என்ன இருக்கமுடியும்?”

“அவன் திடீரென்று நாலு நாட்களுக்கு முன்னால் நீலவேணியை போனில் கூப்பிட்டான்.”

“என்ன? ஆச்சரியமாய் இருக்கிறதே!”

“எனக்கும் அப்படித்தான் இருந்தது. இத்தனை நாட்களுக்குப் பிறகு அவன் நீலவேணியிடம் மறுபடியும் உறவு கொண்டாட ஆரம்பித்திருக்கிறான் என்றால் உனக்கு வியப்பாகத்தான் இருக்கும்!”

“அந்த உறவுகூட அவள் நம் வீட்டிற்கு வந்த பிறகுதானே ஆரம்பித்தது? அதற்கு முன்னால் அவர்கள் இருவரும் ஒருவரை ஒருவர் சந்தித்துக்கொண்டது கூடக் கிடையாதே! அதுவரையில் பெயருக்குத்தானே அவள், அவன் மாமாவின் மகள்!”

“என்னமோ... போன் மணி அடித்ததே என்று அதைத் தூக்கிக் காதில் வைத்துக் கொண்டேன். இவன் குரல். திடுக்கிட்டே போய்விட்டேன்... நீலவேணியுடன் பேச முடியுமா என்று

கேட்டான்; நான் பேசாமல் அருகில் நின்றுகொண்டிருந்த அவளிடம் போனைக் கொடுத்துவிட்டுப் போய்விட்டேன். அப்புறமாக நீலவேணியைக் கேட்டேன். அவனாகவே முதல் முதல் இப்படி போன் செய்தானா அல்லது நீ இதற்கு முன்னால் அவனை எங்கேயாவது சந்தித்துப் பேசினாயா? என்று. அவள் அதற்குச் சரியாகவே பதில் சொல்லவில்லை. என்ன காரணமாக இருக்கும்?"

"ஒன்றுமிருக்காது. சுப்பாமணி சுபாவம் உனக்குத் தெரியாதா? யாரையாவது வம்புக்கு இழுத்துக் கொண்டிருந்தால்தான் அவனுக்குச் சந்தோஷமாய் இருக்கும். இவளை எங்கேயாவது வழியில் பார்த்திருப்பான். அப்புறம் சும்மா போனில் கூப்பிட்டுக் கிண்டல் செய்யலாமே என்று யோசித்திருப்பான்?"

"எனக்கென்னமோ அப்படித் தோன்றவில்லை. நீலவேணியிடம் அவனுக்கு என்றைக்குமே அத்தனை அக்கறை கிடையாதே, இப்போது எதற்காக இப்படிக் குழைந்து கொண்டு வர வேண்டும்? ஏதோ இருக்கும்."

"நான் அவளை விசாரித்து எல்லாம் தெரிந்து கொள்ளுகிறேன். நீ கவலைப்படாதே" என்றாள் நீரா. இதைக் கேட்டுவிட்டு அம்மா சமாதானத்துடன் மறுபடியும் துண்டைத் தேடப் போய்விட்டாள்.

★★★

அந்த வீட்டில் நீலவேணியின் நிலை விசேஷமானது, அவள் ஒரு வேலைக்காரி அல்ல. உறவு என்று சொல்வதற்கும் இல்லை. அவள் கணவன் நீராவின் பாட்டிக்கு ஏதோ தூர பந்துவாக வேண்டியவர்! என்னவானால் என்ன? அவளுடைய மனப்பான்மை, இல்லாதவர்கள் இருக்கிறவர்களிடம் காட்டும் அசூயை ரகத்தைச் சேர்ந்தது. நீலவேணியைத் தன்னிடம் வைத்துக் கொள்ள வேண்டுமென்று அம்மா சொன்னதும், அப்பா கேட்டார். "உன்னால் அவள் வெம்மையைத் தாங்க முடியுமா?" என்று.

“ஏன் நீங்கள் இப்படி எல்லோரையும் கெட்டவர்களாகவே நினைக்கிறீர்கள்?” என்று அம்மா பதில் கேட்டாள்.

ஆனால் அவள் வெம்மை என்று அப்பா சொன்ன சூத்ரத்தின் பொருளை நீரா கண்டு கொண்டாள். சம்பத்துடன் இருப்பவர்களைப் பார்த்துப் பொறாமையும் துவேஷமும் கொள்வது இல்லாதவர்களுக்கு சகஜம். நம்மைவிட வாழ்க்கையில் தாழ்வு கொண்டவர்களை நம்மிடம் அதிகமாய் நெருங்க விட்டோமானால், அவர்களுக்கு நம் சௌபாக்கியங்களைக் கண்டு எரிச்சல்தான் உண்டாகும் என்பது அப்பாவின் எண்ணம். வாழ்க்கையில் பலவித அனுபவங்களை விண்டு பார்த்த பிறகுதான் அவர் இந்த முடிவிற்கு வந்திருக்க வேண்டும். ஏன் என்றால் இவ்வித மனிதர்களை அவர் தம் அண்டையில் பழக விடமாட்டார். பண உதவி செய்து தொலைவிலேயே வைத்திருப்பார். அப்படிச் செய்வதினால், ஈவிரக்கமற்றவர் என்று கூட பெயர் வாங்கியிருக்கிறார். அம்மாவிற்கோ, கையில் பணத்தைக் கொடுத்துவிட்டு, மறு பேச்சில்லாமல் அவர்களை வெளியே அனுப்ப என்னமோ போலிருக்கும். எதற்காக அவர்களை இத்தனை கண்டிப்புடன் நடத்த வேண்டும்? வீட்டில் வைத்துக் கொண்டு கொஞ்சம் ஆதரித்து விட்டால்தான் என்னவென்று முணுமுணுப்பாள். சில சமயங்களில் அப்பாவையும் மீறி அவர்களுக்கு அம்மா இடம் கொடுப்பதுண்டு. அவ்விதம் செய்யும் போதெல்லாம், அவள் தானாகவே தன் கைகளைச் சுட்டுக் கொண்டு விட்டதை உணர்ந்திருக்கிறாள்.

இரக்கத்தினால் வேலையாட்களுக்கும் அம்மா இடம் கொடுத்துவிட்டுத் திண்டாடுவாள். தான் அவர்களை எத்தனை கரிசனமாக நடத்தினாலும் அவர்கள் முரண் செய்வதைப் பார்த்து, “ஏன் இப்படி இருக்கிறார்கள்” என்று புரியாமல் தவிப்பாள்.

“பாரடி நீரா, இந்த வேலைக்காரன் எப்படி முகத்தைத் தூக்கிக் கொண்டிருக்கிறான் - பார்த்தாயா? நேற்று இரவு சாதம் மிஞ்சிவிட்டது. போனால் போகிறது என்று இன்று அவனை

உட்கார வைத்து அதைப் பிழிந்து போட்டேன். அவனோ 'நான் வேலைக்கு வருகிறவனே இல்லை, அம்மா. ஏதோ கஷ்டகாலம் இப்படி வந்தேன். அதுதான் போகட்டுமென்றால், என் தலையில் எழுத்து இங்கே பழயசோறு உண்ண வேண்டுமென்று இருக்கிறது, பாருங்கள்' என்கிறான். நான் அவனுக்கு வயிறாரச் சோறு போட்டதற்கு இதுதான் பிரதியா?" அம்மா வருத்தப்பட்டுக் கொள்ளுவாள்.

இதைக் கேட்டு நீரா சிரிப்பாள். "இப்போது புரிகிறதா வேலைக்காரர்களுக்கு இடம் கொடுக்காதே என்று அப்பா சொல்லும் சூத்ரத்தின் பொருள். அவர் அடிக்கடி சொல்லுவாரே - உனக்குத்தான் அவர் சொல்லுவது விளங்கவில்லை. நீ இப்படி அவனிடம் அநுதாபம் காட்டுவதால்தான் அவன் அதிகமாய்ப் பேசுகிறான். உனக்கு இருப்பதெல்லாம் அவனுக்கும் இருக்க உரிமையுண்டு - இருக்க வேண்டும். ஏதோ தெய்வாதீனத்தினால் அவன் இப்படி இருக்கிறான். பார்க்கப் போனால் உனக்கும் அவனுக்கும் என்ன வித்தியாசம்? இருவரும் கடவுள் படைத்த ஜீவன்கள்தாமே ! அவன் இப்படியெல்லாம் நினைத்துக் கொண்டிருக்கும்போது கேவலம் பழைய சோற்றுக்காக , உன்னிடம் நன்றி காட்டப் போகிறானா?"

தம் சூத்ரங்களுக்கு அவள் இப்படி வியாக்கியானம் கொடுப்பதை அப்பா பேசாமல் கேட்டுக்கொண்டிருப்பார். பதிலே சொல்லமாட்டார்; அவளைப் புகழவும் மாட்டார். ஆனால் அன்று சாயங்காலம், நீராவிற்குப் பிடித்தமான ஒரு சாமான் மேஜை மேல் அவளுக்காகக் காத்திருக்கும். ஆச்சரியம் தாங்காமல் அவள் அதை எடுத்துப் பரிசோதித்துப் பார்ப்பாள். இந்த உருப்படி வேண்டுமென்று அவள் வெகு காலமாய் ஆசைப்பட்டுக் கொண்டிருந்தது என்னமோ வாஸ்தவம். என்ன காரணத்தினாலோ கடைக்குப் போய் அதை வாங்க அவளுக்கு கை வரவில்லை. இது அவளுக்குத் தேவை என்ற சங்கதி, இங்கே யாருக்கு எப்படித் தெரிந்தது? அப்பா! ஆ.... அவர்தான் இப்படிச் செய்வார். சொல்லாமல், கொள்ளாமல், மறைபொருள் அடங்கிய இந்தச் செய்கை , அப்பாவுடையது.

அவர்தான், அவளை நேரே புகழாமல், இப்படி நாசூக்காய் அவளுக்கு வேண்டியதை வாங்கிக் கொடுத்து, தன் மகிழ்ச்சியை வெளிப்படுத்தக் கூடியவர். காலையில் அவள் செய்த விளக்கத்தை அவர் எத்தனை தூரம் ரசித்திருக்கிறார் என்ற விஷயத்தை அப்போது தான் நீரா நன்றாக உணர்ந்தாள். கடினமான வெளித் தோற்றம் கொடுத்து வந்த தன் தகப்பனாரின் ஆழ்ந்த அந்தரங்க அன்புத் துடிப்புகளை நினைத்துக்கொண்டதும், நீரா கண்களில் நீர் சுரந்தது.

அந்தச் சமயத்தில் உள்ளே வந்த கமலாம்பாள் அதைக் கவனித்துவிட்டாள். “பார்த்தாயா? உன்னைத் தனியாக விட்டுவிட்டுப் போனதே தவறு. சொன்னால் நீலவேணிக்குத் தெரிகிறதா? எந்தக் காரியமும் நான் போனால்தான் செவ்வனே நடக்கிறது. நீ காப்பியைச் சாப்பிட்டாயா? என்ன எழுந்துவிட்டாய்? புடவை மாற்றப் போகிறாயா? அதற்குள் வெளியே போகக் கிளம்பிவிட்டாயா? பரதபுரி வந்தால் உனக்குத்தான் வேலை சரியாக இருக்குமே! என்னுடன் பேச எங்கே நேரம்?”

தான் ஒரு மணிப் பொழுதாக அங்கே உட்கார்ந்து இருந்ததையும், அவள் மேலும் கீழுமாகப் போய் வந்ததையும் நீரா எடுத்துக் காட்டவில்லை. “சரி, நீலவேணியை அனுப்பு, சுப்பாமணியைப் பற்றி விசாரித்துப் பார்க்கிறேன்” என்று மாத்திரம் சொல்லிவிட்டு, துண்டை எடுத்துக்கொண்டு அவள் ஸ்நான அறைக்குப் போகப் புறப்பட்டாள்.

“ஊம்... இந்தப் பொறுப்பை எல்லாம் உன் தலையில் கட்டிவிட்டு அப்பா போய்விட்டார்” என்று அம்மா முணுமுணுத்தாள்.

எந்தப் பொறுப்பை அம்மா சொல்கிறாய்? அதுதான் சோமு மாமா இருக்கிறாரே! அவர் அல்லவா அத்தனையும் தாங்கிக் கொள்ளுகிறார்? துண்டை எடுத்தவள், அம்மா தன் முழங்கையைக் கூர்ந்து கவனிப்பதைப் பார்த்து அதைச் சட்டென்று துணியால் மூடிக் கொண்டாள்.

“எங்கே, நீரா, அரிப்பு அதிகமாகி விட்டதா? நான் சொன்னால் கேட்டால்தானே! நீலகண்ட சுவாமிகளிடம் ஒரு தரம் விபூதி போட்டுக்கொண்டால், சொறியெல்லாம், இருந்த இடம் தெரியாமல் பறந்து போய்விடும்.” நீரா பதில் பேசாமல் ஸ்நான அறைக்குள் போய்விட்டாள்.

“மனிதனுடைய மனமேதான் வியாதிக்குக் காரணம்” என்பார் அப்பா. அப்பா இருக்கும்போது அவருடைய இந்த சூத்ரத்திற்கு விளக்கம் கொடுக்க நீராவிற்கு சந்தர்ப்பம் வாய்க்கவில்லை. முழங்கை இடுக்கில் அவளுக்கு ஏற்பட்டுள்ள அந்த ஆறாத புண் அப்பா சென்ற பிறகுதான் அவளை உபத்திரவம் செய்யத் தொடங்கிற்று.

‘ஆனால் சில வியாதிகளுக்கு சிகிச்சை கிடையாது’ என்று டாக்டர் சிந்தாமணி அவளிடம் அடிக்கடி சொல்லியிருக்கிறான். நீரா அவன் சொல்வதையும் லட்சியம் செய்யாமல், தன் புண்ணுக்கு ஓயாமல் மருந்துகள் வாங்கிப் போட்டுப் பார்த்தாள்.

‘ஒரு மனிதன் குடியிலோ, சிகரெட்டிலோ, சிற்றின்பத்திலோ, செலவழிக்கும் பணத்தை நீ இப்படி மருந்துகளுக்குக் கொடுத்து வீணாக்குகிறாய்’ என்று ஒருநாள் டாக்டர் பளிச்சென்று தன் மனசில் இருப்பதை நேரில் வெளியிட்டான்.

இதைக் கேட்டு நீரா அதிர்ந்து போய்விட்டாள். டாக்டர் எப்போதுமே நயமாகவும், இதமாகவும்தான் பேசுவது வழக்கம். அன்று அவள் முகத்தைப் பார்த்துவிட்டு என்ன நினைத்துக் கொண்டானோ.... இன்னும் அதிக வாஞ்சையுடன் பேசினான். அப்போது அவன் அப்பாவின் சூத்திரத்தையே விவரித்து விளக்குவது போல் நீராவிற்குத் தோன்றிற்று.

“நீரா நான்தான் எத்தனை முறை உனக்குச் சொல்லியாய்விட்டது! மிக்க நொய்மையான மனோபாவமும், கூர்மையான புத்தியும் படைத்தவர்களுக்கு அதிக வேலையினாலோ, கவலையினாலோ, சில இறுக்கங்கள் உண்டாகலாம். நரம்புக் கட்டுகள் சம நிலையிலிருந்து தவறிவிட்டால், இப்படி உனக்கு வந்திருப்பது

போல இவ்விதமான கோளாறுகள் உண்டாகலாம். அப்படி நடக்காமல் இருக்க வேண்டுமானால், முன் எச்சரிக்கையாகவே விச்ராந்தி அளிக்கக்கூடிய பழக்கங்களில் ஈடுபட வேண்டும். மனிதன் சிற்றின்பங்களை நாடுவதன் ரகசியம் இந்த விஷயத்தை ஆராய்ந்தால் தெரிய வரும்.”

இதைக் கேட்டவுடன் நீராவிற்கு கோபமே வந்து விட்டது. “பேஷ். என்னையும் விட புருடர்களுடன் சேரச் சொல்லுகிறீர்களா?” என்று குரோதத்துடன் கேட்டாள்.

ஒருநாள் அவள் நினைக்காத விதத்தில் அவளுக்கு ஒரு அபூர்வமான சாந்தி உண்டாயிற்று. என்ன ஆச்சரியம்! உடனே அந்தப் புண் காய ஆரம்பித்தது. சில நாட்களுக்குப் பிறகு திடீரென்று எதிர்பாராத ஒரு அதிர்ச்சி அவளைத் தாக்கவே, புண் மறுபடியும் சீறிக் கொண்டு வெளிக்கிளம்பத் தொடங்கிற்று. அப்போது அவள் தானாகவே அப்பாவின் சூத்ரத்தின் பொருளையும் டாக்டரின் எச்சரிக்கையையும் புரிந்து கொண்டாள். அதற்கப்புறம் அவளுக்கு கொஞ்சங் கொஞ்சமாக விஷயம் விளங்கலாயிற்று. லேசாக தன் அகத்தைப் போர்த்தி மூடியிருக்கும் திரையைத் தூக்கிப் பார்க்க ஆரம்பித்தாள் அவள். ஆனால் கை நடுங்கியது, அதை சட்டென்று முழுதும் விலக்கி உள்ளே குனிந்து பார்க்கவும் கூசிற்று. பின் வாங்கினாள். உள்ளதை உள்ளபடி பார்க்க இவ்விதம் அஞ்சினதால், கைப்புண்ணிற்கு ஆசுவாசம் அளிக்க முடியவில்லை. ஆனால் ஆத்ம விமரிசனத்தை ஒருதரம் தொடங்கிவிட்டதால், அதையும் அடியோடு விடமுடியவில்லை. நடுவில் அகப்பட்டுக்கொண்டு தத்தளித்தாள். திரையைத் தூக்க தைரியம் பிறந்து விட்டது, ஆனால் அதை முற்றிலும் திறந்து பார்க்கவும் போதுமான மனோதிடம் ஏற்படவில்லை. அந்த மனத்திரைக்குப் பின்னால் என்ன இருந்தது?

நீரா முகம் கழுவிக்கொண்டு ஸ்நான அறைக்கதவைத் திறக்கும் தருணத்தில் வெளியே அம்மாவின் குரல் கேட்டது.

“யார் சீமாவா? நான்தான் அன்றைக்கே சொல்லி விட்டேனே!

உன்னைப்பார்க்க நீராவிற்கு சாவகாசம் இருக்காது என்று... அப்படிச் சொல்லியும் எதற்காக இப்போது இங்கே வந்தாய்?”

“மாமி, கொஞ்சம் தயவு செய்யுங்கள். நீரா மனம் வைத்தால், என்னை மாத்திரமல்ல, என் குடும்பத்தையே காப்பாற்றலாம். நான் கேட்பதெல்லாம் ஒரு சிபாரிசு சீட்டுத்தான்.”

அம்மாவால் இதற்கு மேல் தர்க்கம் செய்ய முடியவில்லை. “சரி, நீ போ, நான் அவளிடம் சொல்லிப் பார்க்கிறேன்.” என்று அவனைச் சமாதானப்படுத்தி அப்புறம் அழைத்துச் சென்றாள்.

ஸ்நான அறைக்குள் இருந்த நீரா முகத்தைச் சுளுக்கிக் கொண்டாள். பிறகு சற்று நிதானித்தாள். அவள் ஏன் இதையெல்லாம் பெரிய சுமைகளாகக் கருத வேண்டும்? மனிதன் முடிச்சுகளை அவிழ்த்துத் தளர்த்திவிட அவள் கற்காவிட்டால், வியாதி முற்றும். நீராவிற்கு உடலில் நடுக்கமெடுத்தது. அவள் ஸ்நான அறையிலிருந்து வெளியே வந்தாள்.

“என்ன? குளிருகிறதா? சத்துருக்னபுரியில் ஒரே வெக்கை. இங்கே வந்ததும் இந்த சமுத்திரக் காற்று உனக்கு ஆகவில்லை. இரு. என்னுடைய சால்வையை எடுத்து வருகிறேன்” என்று சொல்லி அம்மா போய்விட்டாள்.

அதற்குள் கதவிடுக்கில் நீலவேணி நிற்பது நீராவின் கண்களில் பட்டுவிட்டது. ஆனால் அதைக் கவனிக்காதது போல் அவள் உள்ளே போய்விட்டாள்.

சன்னலண்டை போய், வெளியே பரதபுரியைப் பார்த்தபடி, சிறிது நேரம் அவள் அசையாமல் அங்கே நின்றாள். பரதபுரி அன்றைக்கு இருந்தது போல் இன்னமும் மாறாமல் அதே அவசர நாடித் துடிப்புடன் காட்சியளித்தது. நடை பாதைகளில் அதே விறுவிறுப்பு, சாலையில் அதே வண்டி வேகம், அதன் பக்கங்களில் அதே மாதிரியான ஓங்கி வளர்ந்த கட்டடங்கள்; எட்டிப் பார்க்கும் நீராவின் மேனியை அதே சமுத்திரக் காற்று ஆவலுடன் பாய்ந்து வந்து முகர்ந்தது. ஒரு நீண்ட மூச்சுடன்

அந்தக் காற்றை உட்கொண்டே, அவள் உள்ளே இருந்த நிலைக் கண்ணாடிப் பக்கம் திரும்பினாள். பிறகு சாவகாசமாக தன் ஆடைகளை மாற்ற ஆரம்பித்தாள். நிலைக் கண்ணாடி எதிரில் நின்றுகொண்டு புடவைக் குசவத்தை சரிப்படுத்திக் கொண்டாள்.

இத்தனைதானா அவள் தோற்றம்? கமலாம்பாள் மகள் என்று சொல்லிக்கொள்ள இத்தனைதானா? எங்கே? பூரிப்புடன் பொலிவு வீசும் அந்த அழகு எங்கே? இது எங்கே? நிதான உயரம், அதற்குத் தகுந்த அங்க அமைப்பு, பிரகாசக் கண்கள், நேர்மையான பார்வை, இவ்வளவேதான் அவளுக்குச் சொந்தம்......ம்.... இது போதாதா?

அப்போது கண்ணாடியில் அவளுடைய உருவத்திற்குப் பின்னால் மங்கலாக வேறு ஒரு முகம் தெரிந்தது. அந்த முகத்தில் ஏளனச் சிரிப்பொன்று தாண்டவமாடியது. அதைப் பார்த்தவுடன் கனவு கண்டு கொண்டிருந்த நீராவின் மனம் இறுகியது. அவள் திரும்பிப் பார்த்தாள். நீலவேணி தன் இரு கால்களையும் பூமியில் நன்றாக ஊன்றியபடி நின்று கொண்டிருந்தாள்.

'ஹூம், அம்மாவைக் கண் குளிரக் கண்ட பின்பு.... இதுவா' என்று நீரா மனதிற்குள் எண்ணிக் கொண்டாள்.

தடித்த தேகம், ஜாதிக்கட்டு, சதுரங்கமாய் செதுக்கிவிட்ட அட்டைப்படம் போல் முகம்; அவள் கண்களோ உருண்டைக் கண்ணாடி மணிகள் போல் மின்னின. அந்தச் சமயத்தில் நீராவைக் காணும்போது அந்தக் கண்களில் ஒரு குரூரம் வெறித்தது.

"வா, நீலவேணி, ஏன் முகம் ஒரு மாதிரி வாடியிருக்கிறது?"

"பின்? என் போலுள்ளவர்களுக்கு முகம் எப்படி இருக்குமாம்? என்றைக்காவது மலருமா? எதற்காக மலர வேண்டும்? எப்போதாவது வாழ்க்கை வேறு விதமாக வாய்க்க வக்கு உண்டா?"

"ஏன் இப்படி எல்லாம் பேசுகிறாய்? அம்மா உன்னை எந்தச் சமயத்திலாவது அன்பில்லாமல் நடத்தியதுண்டா?"

"இல்லை. என் கணவர் ரேஸிற்குப் போய் சொத்தை தொலைத்தார். பிறகு அந்த நஷ்டத்தினால் உண்டான அவமானத்தைப் பொறுக்க முடியாமல், அதை மறக்க குடிப்பழக்கத்தில் இறங்கினார். அப்புறம் அதிலேயே முழுகி விட்டார். ஒருநாள் குடி மயக்கத்தினால் கீழே விழுந்து அவருக்கு மண்டையில் பலத்த காயம் உண்டாயிற்று. உன் தாயார்தான் அவரை ஆஸ்பத்திரிக்கு அழைத்துச் சென்று வேண்டிய சிகிச்சை செய்தாள். ஆனால் வரும் விதியை யாரால் விலக்க முடியும்? அந்த மண்டைக் காயம் அவர் மூளையையே குழப்பி விட்டது. அப்போதும் உன் தாயார் அவரை வீட்டிலேயே வைத்துக்கொண்டு அன்புடன் பாதுகாத்தாள். என்ன செய்து என்ன லாபம்? அவருக்கு ஆயுசு கெட்டியாக இல்லை. அவர் போய்விட்டார். அவர் சென்ற பின்பும் உன் தாயார் எனக்குச் சமாதானம் சொன்னாள். என்னை அரவணைத்துக் காத்தாள்." இத்தனையையும் நீலவேணி ஒரு விதமான ஆத்திரத் தொனியில் சொன்னாள்.

இதென்ன! அம்மா இவ்வளவு உதவி புரிந்தும் நீலவேணி அவளிடம் கோபம் அல்லவா கொண்டிருக்கிறாள் என்று நீராவுக்கு வியப்பாக இருந்தது.

அதற்குத் தகுந்தாற் போல் நீலவேணி, "யார் என்ன செய்தால் என்ன? அழிந்த என் சம்பத்தை உன் அம்மாவால் திருப்பித் தருவிக்க முடியுமா! அல்லது செத்தவரை மீட்டுக் கொடுக்க முடியுமா?" என்று சூட்டுடன் மேலே பேசினாள்.

ஓகோ, இவளுக்கு நான் என்ன குறைந்து விட்டேன்? இவளென்ன எனக்கு உபகாரம் செய்வது? என்று நீலவேணிக்கு அம்மா பேரில் மனத்தாங்கல். அவளுக்குக் கடமைப்பட்டிருக்கிறோம், அதனால் அவளிடம் நன்றி செலுத்த வேண்டுமென்ற எண்ணங்கள், அவள் உள்ளத்தில் கொதிப்பை உண்டாக்கியிருக்கின்றன.

அதுதான் இவ்விதப் பிரகிருதிகளுடன் பேசும்போது தன் சௌபாக்கியங்களுக்காக அவர்களிடம் மன்னிப்புக் கேட்பது போல், அம்மா குரலைத் தாழ்த்திக் கொள்வது வழக்கம். ‘போனால் போகிறது, நீலவேணி, வருத்தப்படாதே’ என்று ஏதோ தான் குற்றஞ் செய்துவிட்டதுபோல் கெஞ்சுவாள். அவளைச் சமாதானப்படுத்த அரும்பாடுபடுவாள். அவளும் அம்மாவை மன்னிக்க மறுப்பது போல் (ஆம். அம்மா இத்தனை ஐசுவரியத்துடனும், அருமை பெருமைகளுடனும் பிறந்து விட்டதை அவள் ஒருபோதும் மன்னிக்க முடியாது) மேலும் மேலும் பிணங்குவாள். முன்பெல்லாம் இவ்வித நிகழ்ச்சிகள் நேரும்போதெல்லாம் அம்மா ஏன் இவர்களுக்கு இடம் கொடுக்கிறாள் என்று நீரா கோபித்துக் கொள்வது வழக்கம். இப்போது அவள் புரிந்து கொண்டாள். இல்லாதவர்களின் அகத்தீயைப் பார்த்து அம்மா வெருண்டு இருக்க வேண்டும். அந்த வெம்மையின் சூட்டைப் பொறுக்க முடியாமல்தான் அவள் அவர்களுக்கு விட்டுக் கொடுத்துக் கொண்டே வந்திருக்க வேண்டும்.

“அதிருக்கட்டும், ஏதோ சுப்பாமணி உனக்குப் போன் செய்தானாமே! வேடிக்கையாய் இருக்கிறதே! திடீரென்று அவனுக்கு அம்மங்காள் பேரில் இத்தனை ஆசை வந்துவிட்டதா?” நீரா சிரித்தபடி பேச்சை வேறு திக்கில் திருப்பி விட்டாள்.

இதைக் கேட்டவுடன் நீலவேணி, தனக்கு ஒன்றும் தெரியாது என்பது போல் முகத்தோற்றத்தை மாற்றிக் கொண்டாள்.

“அதொன்றும் இல்லை. ஏதோ ஒருநாள் ரோட்டோடு போகும்போது அவனை எதிரே பார்க்க நேரிட்டது. அப்புறம் என்னமோ ஒருதரம் போன் செய்தான்” என்று சொல்ல, அவள் விஷயத்தை மழுப்பப் பார்த்தாள்.

“அப்படியானால் நீ சுப்பாமணியை இத்தனை வருஷங்களாகப் பார்க்கவே இல்லையா?” என்று நீரா கேட்டாள்.

“இல்லை. அன்று உங்கப்பா அவனை வாயில் வந்தபடி

எல்லாம் பேசி அனுப்பினாரே - அதற்கப்புறம் நான் அவனைச் சந்திக்கவே இல்லை.”

அவள் சற்று யோசித்தபடி பேசுவதை நிறுத்திக் கொண்டாள். “பிறகு, எனக்கு எதற்கு அம்மா இந்த விவகாரமெல்லாம்... உங்களுக்கோ அவனைக் கண்டால் ஆகாது; அப்படியிருக்க நான் மாத்திரம் அவனை எதற்காகக் கொண்டாட வேண்டும்?”

அவளுடைய தொனியும் பாவமும் பார்க்க ஒருவித போலித் தோற்றம் கொடுத்தன. நீராவிற்கு அவள் எதையோ ஒளிக்கிறாள் என்ற சந்தேகம் தோன்றிற்று. இல்லாவிட்டால் எதற்காக இத்தனை பீடிகை? சுப்பாமணியும் இவளுமாகக் கூடிப் பேச என்ன விஷயம் இருக்கமுடியும்? அவர்களுக்குள் ஒருவித ஒற்றுமையும் கிடையாதே. ஓகோ ! இருவருக்கும் அப்பாவைக் கண்டால் ஆகாது. அந்தப் பகைமையால் அவர்கள் பிணைக்கப்பட்டிருக்கிறார்கள். என்னைப் பிடிக்காதவர்கள் என்று அப்பா கசப்புடன் சுட்டிக் காட்டும் வர்க்கத்தைச் சேர்ந்தவர்கள், அவர்கள் இருவரும். அப்பா கொண்டிருந்த நேர்மை விரதத்தைப்பற்றி இவர்களைப் போலுள்ளவர்களுக்கு எடுத்துச் சொல்ல முடியுமா? அந்தக் குறிக்கோளை உத்தேசித்துத்தான் அவர் இத்தனை கண்டிப்பும் கட்டுப்பாடும் காட்டி வந்தார் என்றால் அவர்கள் அதைப் புரிந்து கொள்ளுவார்களா?

அந்தச் சமயத்தில் வாசல் மணி அடித்தது. “ஒரு வேளை அவன்தான் வந்திருக்கிறானோ என்னமோ” என்றாள் நீலவேணி.

நீரா அவளை வியப்புடன் பார்த்தாள். “அவனா! சுப்பாமணியா! அவன் எதற்காக இங்கே வரவேண்டும்?”

“என்னமோ, எனக்கென்ன தெரியும்? ஏதே உன்னைக்கூட பார்த்தால் தேவலை.... பார்த்து ரொம்ப நாட்கள் ஆகிவிட்டன என்று சொல்லிக்கொண்டான். ஒருவேளை நிஜமாகவே வந்துவிட்டானோ என்னவோ.... இல்லை சுப்பாமணியின் வேடிக்கைப் பேச்சைப் பற்றித்தான் உனக்குத் தெரியுமே...

தமாஷாகத்தான் அப்படிச் சொன்னானோ... யார் கண்டார்கள்?"

நீராவிற்கு ஒரே திகைப்பாய் இருந்தது. அவள் பதில் சொல்லவில்லை. "அவனாக இருந்தால் உள்ளே வரச் சொல்லட்டுமா?" என்று நீலவேணி கேட்டதற்கு அவளால் தலையைத்தான் ஆட்ட முடிந்தது. நீலவேணி ஒருதரம் நீராவை ஏற இறங்கப் பார்த்துவிட்டுச் சட்டென்று மறைந்தாள். அவள் கண்களில் மின்னிட்ட அந்த ஒளி நீராவை என்னமோ செய்தது. அதில் அத்தனை துவர்ப்பு, அத்தனை உஷ்ணமான குரோதம்!

★★★

நீலவேணி சென்ற பின்பு அவிழ்த்துப் போட்டிருந்த தன் ஆடைகளை எடுத்து நீரா மெதுவாக மடித்து வைத்தாள். பிறகு பெட்டியைத் திறந்தாள். அதில் எல்லா சாமான்களும் அணியாக வைக்கப்பட்டிருந்தன. எதெது எங்கே இருக்கவேண்டுமோ அப்படி, பண்டங்கள் பத்திரமாக வைக்கப்பட்டிருந்தன. நீரா புடவையை எடுத்து நேர்த்தியாக அதில் வைத்தாள். எத்தனை அல்பமான விஷயமானாலும், அதை இப்படி மெருகுடன் செய்ய அவள் அம்மாவிடம் தான் கற்றாள். செப்பனிட்டுச் செப்பனிட்டு, சில்லறை விஷயங்களுக்குக் கூட ஒரு தனி மெருகும் கலைத்தோற்றமும் கொடுக்கும் பண்பின் ரீதி அம்மாவுடையது.

"நீரா இதோ பார். இப்படிக் கோணலாகத் தைத்துவிட்டாயே! போ, இந்த வரியைப் பூராப் பிரித்து, மறுபடியும் அழகாய் திருத்தித் தைத்துக் கொண்டு வா?"

"இதோ பார், பாலைக் கோப்பையில் விட்டால், இப்படி கீழேயுள்ள தட்டில் வழிந்தோடக் கூடாது."

"இப்படி வா. அவரைக்காயை எப்படி ஆய்கிறதென்று சொல்லிக் கொடுக்கிறேன்... பார்த்தாயா - கை விரல்கள் இப்படிப் பதிய வேண்டும்."

அவளுடைய குழந்தைப் பருவத்தில் இவ்வித எச்சரிக்கை

அவள் காதில், சதா விழுந்து கொண்டேயிருக்கும். அப்போது அவள் அவற்றை சிறிதும் லட்சியம் செய்யாமல் படிக்கவோ, விளையாடவோ ஓடிப் போய்விடுவது வழக்கம். அம்மாவின் பாடங்களைத் தான் கொஞ்சங்கூடக் கவனித்ததாக அவளுக்கு நினைவில்லை. இருந்தும் அப்போதனைகள் அவளையும் அறியாமல் அவள் உள்ளத்தில் ஊடேறிப் பாய்ந்திருக்க வேண்டும். ஏனெனில் நாளடைவில், அவள் பக்குவ நிலையை அடைந்த பின் அவளுடைய செயற்கையில் மெருகு ஏற ஆரம்பித்தது. அது போலவே இளம் வயதில், அப்பாவின் சூத்ரங்களை அவள் வேடிக்கையாகவே ஏற்று வந்தாள். அவற்றையும், அப்போது அவள் வெகுவாக ரசித்ததாகத் தெரியவில்லை. ஆனால் வருடங்கள் செல்லச் செல்ல, வயது முதிர முதிர, வாழ்க்கை நடைமுறையில் பதிந்திருந்த உண்மைகள் விளங்க விளங்க, அவளுக்கு அப்பாவின் சூத்ரங்களை ரசிக்க, போதுமான ஆற்றல் உண்டாகிவிட்டது. அவற்றின் மூலம் அவள் மெதுவாக, ஒழுக்கம், உறுதி, நிதானமென்ற அப்பாவின் சித்தாந்தங்களைப் புரிந்துகொள்ளத் தொடங்கினாள். இப்போது? அவள் குறையற்ற, குற்றம் சொல்ல முடியாத - நீராவின் உடம்பில் ஒரு அசக்கம் கண்டது. அப்பப்பா.... அப்பா அம்மா இவர்களின் மானஸீக நீரா - குறையில்லாத நீரா - நிஜமாகவே உருக்கொண்டு விட்டாளா? அவர்கள் மனத்தின் அந்த மகத்தான கற்பனை, உண்மைத் தோற்றம் கொண்டுவிட்டதா? அப்படியானால் 'குறையில்லாதவள்' என்ற அந்த மாபெரும் பாரத்தை அவள் எப்படித் தாங்கப் போகிறாள்? நீரா நடுங்கினாள்.

உள்ளே நுழைந்த கமலாம்பாள் இதைக் கவனித்து விட்டாள். "பார்த்தாயா? உனக்கு உடம்பில் அலுப்பு இருக்கிறது. இந்தா சால்வை." அவள் தாயார் அவளை அன்பினால் அணைப்பது போல், அந்தச் சால்வையால் போர்த்தினாள்.

"அந்தக் காகிதத் துண்டு கிடைக்கவில்லை. ஆனால் அதில் குறித்திருந்த இன்னொரு சங்கதி நினைவிற்கு வந்துவிட்டது. கந்தசாமி சம்பள உயர்வு வேணுமென்கிறான். கொடுப்பதா?"

'கொடு' என்ற மாதிரியில் நீரா தலையை அசைத்தாள்.

"நீலவேணி என்ன சொன்னாள்?" என்று அம்மா கேட்டாள்.

"அவள் குணத்திலுள்ள அழும்பை நீ கவனித்திருக்கிறாயாம்மா?"

"என்னமோ போ, கஷ்டப்பட்டுவிட்டாள்." எப்போதும் போல் அம்மா அவளுக்காகப் பரிந்து பேசினாள். எதற்காக அப்படிப் பேசுகிறாள் என்று நீராவிற்குப் புரியாமலா? இருந்தாலும் அவளுக்குக் கோபம் வந்தது.

"அதற்காக, என்ன வேண்டுமானாலும் சொல்லிவிடுகிறதா? சுப்பாமணி குற்றமே செய்யவில்லை போலும், அப்பாதான் அவன் பேரில் அநியாயமாய் குற்றம் சாட்டி, வாயில் வந்தபடி திட்டி அனுப்பினாற் போலும் பேசுகிறாளே!"

"போகட்டும். வருத்தத்தில் ஏதாவது சொல்லியிருப்பாள். அதைவிடு. விஷயம் இன்னதென்று தெரிந்ததா?"

"என்னவெல்லாமோ சொல்லி தனக்கு இதில் யாதொரு சம்பந்தமும் இல்லை என்ற மாதிரியில் பேசிவிட்டு, கடைசியில் சுப்பாமணி என்னைப் பார்க்க வரலாமென்று சந்தேகமாகச் சொல்லிவிட்டும் போனாள்."

"சுப்பாமணியா? அவன் எதற்காக உன்னைப் பார்க்க வரவேண்டும்? பார்த்தாயா - நான் சந்தேகப்பட்டது போல் இதில் ஏதோ இருக்கிறது."

"அவன் வந்தால்தானே தெரிகிறது. சற்று முன்னால் வாசல் மணியோசை கேட்டதே. யார் வந்தார்கள்?"

"அதுவா, பூக்காரன்! என்ன இருந்தாலும், அவசரப்பட்டு ஒன்றும் சொல்லிவிடாதே! அவன் சேதியெல்லாம் நமக்குத் தெரியும். ஏதாவது சொல்லி எதையாவது கிளப்பப் பார்ப்பான். உடனே உனக்குக் கோபம் வரும்."

"அப்பாவைப் பற்றி ஏதாவது அவதூறு சொன்னால் நிச்சயமாய் கோபித்துக் கொள்வேன்."

“அதுதான் எனக்கும் பயம். இவர்களைப் போலுள்ளவர்களைப் பகைத்துக்கொள்ளக் கூடாது. அவர்கள் மனசிலே காரம் இருக்கிறது.”

“எதற்காக சுப்பாமணிக்கு மனத்தில் காரம்? அதுவும் அப்பா பேரில்? திருடினது அவனா... அப்பாவா?”

“ஏதோ பண நெருக்கடி..... அவசரம்.... தெரியாத்தனமாய் என் கைப்பெட்டியைத் திறந்து விட்டான்.”

“ரொம்ப சரி. அத்துடன் விட்டுவிட்டால், நானும் பேசமாட்டேன். ஆனால் அப்பா அவன் பேரில் அநியாயமாய் பழியைச் சுமத்தினார் என்று சொல்ல ஆரம்பித்தால் எனக்குப் பொறுக்காது.”

“நீரா, உனக்கு இந்த அவசரமும் ஆத்திரமும் மட்டும் இல்லாவிட்டால், மாசு மருவில்லாமல் அப்படியே மணியாக இருப்பாய்.”

“அம்மா, உனக்குப் புரியவில்லையா? நேர்மையாக இருக்கணும் என்கிற ஆர்வம்தான் இந்த ஆத்திரமாக வருகிறது.”

அம்மா தலையை ஆட்டினாள். “ஆமாம் தெரிகிறது. தெய்வீகமான குணம்தான். குழந்தைப் பருவத்திலிருந்தே அதைக் கவனித்துக் கொண்டுதான் வருகிறேன்.”

அம்மா பேச்சை இப்படித் திருப்பிவிடுவாள் என்று நீரா எதிர்பார்க்கவில்லை. அவள் கொஞ்சம் ஏளனமாகச் சொன்னாள், “என்ன அம்மா, உன் பெண் என்பதற்காக நான் தெய்வீகத் தன்மை கொள்ள முடியுமா?”

“ஏன் அப்படிச் சொல்லணும் நீ? நீ பிறக்கும்போது நான் பகவதி உபாஸனை பண்ணிக் கொண்டு வந்தேன். அதனால் உனக்கு அந்த தேவியின் அருள் பரிபூர்ணமாய் இருக்கிறது.”

நீரா திடுக்கிட்டாள். “வேண்டாம். அம்மா, நீ கொடுக்கும் இந்த பீடம் எனக்கு வேண்டாம்” என்று அவள் பரிதாபகரமாகக் கெஞ்சினாள்.

அம்மா பேசும்போது அந்தப் பழைய சித்திரம் முழுவதும் நீராவின் கண் முன் விரிந்தது. "அப்போது மார்கழி மாதம். குளிர் காலம். கேரளத்தில் எப்போதுமே எங்கும் பச்சைப் பசேலென்று இன்பகரமாக விளங்கும். அதுவும் அந்த பகவதியம்மன் கோயில், நதியோரத்தில் ஒரு சோலைக்கு நடுவில் இருந்தது. என்ன ரம்மியமான சூழ்நிலை! தென்னை, மா, பலாவென்று மரங்கள் காற்றில் லேசாக அசைந்து கொடுக்கும். காலை வேளையில், நாங்கள் அங்கே பூக்கொய்யப் போகும்போது, சூரியனின் காந்தியில் பனிபூத்த இலைகள் பச்சைக் கற்களைப் போல், சுடராக வீசும். அரளி, நந்தியாவட்டை, செம்பருத்தி என்று பூக்களைப் பறித்து நாங்கள் அம்மனுக்கு மாலைகள் கட்டுவோம். தேவியின் சிலை, அழாக கறுப்பாக இருக்குமா! தகதகவென்று தீ மாதிரி கனியுமே செம்பருத்தியின் ரத்தச் சிவப்பு ! அந்தச் சிவப்பும் கறுப்பும் எப்படி இசைந்து பொருந்தியிருக்கும் தெரியுமா! பிறக்கப் போகிற குழந்தை நல்லதும் நிறைவுமாக வாழ வேண்டுமென்று வெள்ளிக்கிழமை, வெள்ளிக்கிழமை எங்கப்பா அங்கே பாயசம் நைவேத்யம் செய்ய ஏற்பாடு பண்ணியிருந்தார். நைவேத்யம் ஆனதும் தோப்பின் வழியாக அந்தப் பாயசம் உருளியோடு வீட்டிற்கு வரும். கரண்டி கரண்டியாக மொண்டு மொண்டு ஊர்க் குழந்தைகளுக்கெல்லாம் அதை வழங்குவேன்."

அம்மா பேசும்போது, நீராவின் கண்முன் மறுபடியும் கமலாம்பாளின் பழைய சித்திரம் தோன்றியது. கேரளப் பிரதேசத்தில் சகஜமாகப் பார்க்கக்கூடிய நீண்ட கருங்கூந்தல், அழகிய நாசி, கொஞ்சும் விழிகள், பளபளவெனக் கருவுற்ற அழகிய தேகம்! கமலாம்பாள் பாயசம் பரிமாறும் அந்த அழகிய காட்சி எல்லாம் நீரா அகக் கண்ணில் ஒரு கணம் தோன்றி நின்று மறைந்தன. அப்போது தன் குறையின்மையின் பெருமை நீராவின் உள்ளத்தை நிரப்பியது. அந்த மகிமையின் பொலிவு காந்தம் போல் அவளை ஈர்த்தது. ஒரு க்ஷண நேரம் அந்த இன்பகரமான மாயைக்கு அவள் உட்பட்டாள். பிறகு சட்டென்று திடுக்கிட்டாற்போல் அதிலிருந்து தன்னை விடுவித்துக் கொண்டாள். சீ... அம்மாதான் இப்படிப் பேசுகிறாள்

என்றால் அவளுமா இவ்விதப் பிரமைகளுக்கு இடம் கொடுக்க வேண்டும்?

"அம்மா, போதும், நிறுத்திக்கொள்... நான் குறையில்லாதவளாக, தெய்வப்பிறவியாக, இருக்க ஆசைப்படவில்லை" என்று அழமாட்டாக் குறையாகக் கெஞ்சினாள்.

அப்போது, "சுப்பாமணி வந்திருக்கிறான்" என்றது நீலவேணியின் குரல்.

திரைக்குப் பின்னால் அவர்கள் நிற்கிறார்கள் என்று தெரிந்துகொண்டு அம்மா கதவண்டை போனாள்.

"வாப்பா! நீரா உள்ளே இருக்கிறாள். போய்ப் பேசிக் கொண்டிரு, நானும் இதோ வருகிறேன்" என்று சொல்லிவிட்டு அவசரமாய்ப் பக்கத்து அறைக்குள் போனாள். அந்தக் காதிதத்துண்டை மறுபடியும் தேடப் புறப்பட்டு விட்டாள் போலிருக்கிறது.

சுப்பாமணி உள்ளே வந்தான். "என்ன அக்கா, உன்னைப் பார்த்து எத்தனை நாட்கள் ஆகிவிட்டன! சௌக்கியம் தானா?" என்று பெருத்த குரலில் கூவிக்கொண்டே அவன் அவளருகில் இருந்த நாற்காலியில் அமர்ந்தான்.

நீரா அவனை அருவருப்புடன் ஏறிட்டுப் பார்த்தாள். அதே இளிப்பு, அதே எடுப்பான பேச்சு... யாரை ஏமாற்றலாம் என்று நினைக்கிறான்?

"என்ன அக்கா, பேசமாட்டேன் என்கிறாய்?"

'இவனுக்கு நான் என்ன அக்கா உறவு?' நீரா மனதிற்குள் முணுமுணுத்துக் கொண்டாள். பிறகு வெளிப்படையாக, "ஒன்றுமில்லை, உன்னைக் கண்ட சந்தோஷத்தில் ஒரு நிமிஷம் அப்படியே உறைந்து போய்விட்டேன்" என்றாள்.

இதைக் கேட்டு சுப்பாமணி கடகடவென்று உரக்கச் சிரித்தான்.

"ஒரே சந்தோஷமாய் இருக்கிறாயே! பார்த்தாலும் செழிப்பாய்

இருப்பதாகத் தெரிகிறது!" என்றாள் நீரா.

"வாஸ்தவம். இப்போது நான் ஏகப்பட்டது சம்பாதிக்க ஆரம்பித்துவிட்டேன்."

"அப்படியா?"

சுப்பாமணி எப்போதும் சவடாலாகத்தான் பேசுவான். அந்தப் பேச்சு கேட்போர்களை ஈட்டி போல் தூண்டிவிடும்.

நீராவிற்கும் அவன் வாயைக் கிண்டி, வேடிக்கை பார்க்க வேண்டுமென்ற உந்தல் உண்டாயிற்று.

"அப்படியா சங்கதி" அவள் மீண்டும் விசாரித்தாள். "நீ நிறைய சம்பாதிக்க ஆரம்பித்துவிட்டாயா?"

"என்ன நினைத்தாய்? உன் தகப்பனார்தான் அதில் கெட்டி என்று எண்ணினாயோ?"

"சே... சே - அப்படி நினைப்பேனா? உன்னுடைய சாமர்த்தியம் என்ன மாதிரி என்று எனக்குத் தெரியாதா?"

"அதுதான் பார்த்தேன். இப்போது நான் புரோக்கர் பிசினசு செய்கிறேன். தெரியுமா?"

"என்ன?" நீரா ஆச்சரியத்துடன் கண்களை அகல விரித்துக்கொண்டாள்.

"ஆமாம். அதுவும் ரொம்ப நன்றாய் நடக்கிறது."

"ஓ! - பலே - அப்போது நீ பெரிய பணக்காரனாகத்தான் இருப்பாய்."

"சந்தேகம் என்ன? சராசரி இப்போது எனக்கு மாதம் இருபதாயிரத்திற்கு மேல் வருமானம் வரக்கூடும்."

"பின் என்ன? அப்படியானால் நீ அப்பாவிற்கும் மேல் பட்டவன் என்றுகூடச் சொல்லலாம்."

இதைக் கேட்டதும், சுப்பாமணிக்குக் கூட கொஞ்சம் சந்தேகம்

விழுந்திருக்க வேண்டும். அவன் சொன்னான், "அப்படிச் சொல்ல முடியுமா? இந்த வேலையில் பொறுப்புகள் அதிகம். எனக்கோ உங்கப்பாவிற்கு இருந்த மாதிரி, கூட ஒத்து உழைக்க தகுந்த கூட்டாளிகள் இல்லை. எல்லாவற்றையும் தன்னந்தனியாகக் கவனிக்கும்போது தொல்லைகள் அதிகமாகின்றன."

"வாஸ்தவம், தானாக உழைத்துச் சம்பாதிக்க வேண்டுமானால் அதற்குள்ள பொறுப்புகளையும் ஏற்க வேண்டியதுதான்."

"அதைப் பார்த்தால் இத்தப் பணத்தைத்தான் இத்தனை சேர்த்து என்ன செய்யப் போகிறோம், பேசாமல் ஒரு வேலையில் அமர்ந்துவிட்டால் என்னவென்று கூடத் தோன்றுகிறது."

"ஓகோ... அப்படியா சங்கதி!" நீராவிற்கு விஷயம் புரிய ஆரம்பித்துவிட்டது. "வேலையில் அமர்ந்தால் மாத்திரம் பொறுப்பு விடுமா?" என்றாள்.

"இல்லையா? மேலதிகாரி சொல்லுகிறபடி செய்துவிட்டு, கவலையில்லாமல் சம்பளத்தை வாங்கிக்கொண்டு நிம்மதியாக வாழலாமே!"

நீரா அவனைப் புரிந்து கொள்ளாதது போல் பேசினாள். "வேலைக்குப் போனால் ஒரு அளவுடன்தான் சம்பளம் வரும். இப்போது திரட்டுவது போல் இருபதாயிரம் முப்பதாயிரம் என்று அள்ளித் தட்ட முடியுமா?"

"எனக்கு உழைத்து உழைத்து அலுப்பாய் இருக்கிறது. இருக்கும் கஷ்டங்களைப் பார்த்தால் பணம் கூட பெரிதாகத் தோன்றவில்லை. இதோ பார் நீரா, நீதான் ஏதாவது சிபாரிசு செய்து, எனக்கு ஒரு வேலை வாங்கிக் கொடுக்க வேண்டும்."

"சிபாரிசா யாரிடம்?"

"என்ன இப்படிக் கேட்கிறாய்? உனக்குத் தெரியாதவர்கள் உண்டா? பரதபுரியில் பிசினெஸ்காரர்களைத் தெரியும். சத்துருக்னபுரியில் அரசாங்கத்தார்களைத் தெரியும். உனக்கு

யாரைத் தெரியாது?"

நீரா மெதுவாக நழுவிக்கொள்ளப் பார்த்தாள். "உனக்கே பெரிய பெரிய பிசினெஸ்கார சிநேகிதர்கள் நிறைய இருப்பார்களே! இல்லாவிட்டால் நீ இப்படி புரோக்கர் வேலை செய்ய முடியுமா? பேசாமல் அவர்களில் யாரையாவது ஒருவரை நேரிலேயே பார்த்து உதவி கேள்."

"அது சரிப்படாது. உனக்குத் தெரியாதா? ஏதாவது ஒரு விதமான 'தூண்டுகோல்' இல்லாவிட்டால் அவர்கள் அசைய மாட்டார்கள்."

"என்னை நீ அத்தனை தூரத்திற்கு எதிர்பார்க்காதே..."

"பிரமாதமாய் ஒன்றுமில்லை. ஒரே ஒரு வார்த்தை சொன்னால் போதும். ஒரு சின்ன விஷயம்தான்." சுப்பாமணி அவளைப் பார்த்துச் சிறிதும் வெட்கமின்றி இளித்தான்.

"நீ நினைப்பது தவறு. என்னால் ஒன்றும் முடியாது."

"சிபாரிசு என்றால் சிபாரிசா? விஷயத்தைச் சொல்லுகிறேன் கேள். 'ராமேக்' என்னும் பிரபல வெளிநாட்டுக் கம்பெனியின் கூட்டாளிகள் ஒரு காண்ட்ராக்ட்டுக்காக நம் சர்க்காரிடம் மனுப் போட்டிருக்கிறார்கள். அதை அவர்கள் அனுமதிக்கும்படி செய்து விட்டால் போதும்."

"அவ்வளவுதானா?" என்று நீரா பரிகாசமாய் கேட்டாள். அவள், தனக்குள் பொங்கி வரும் கோபத்தை சிரமப்பட்டு அடக்கிக் கொண்டாள்.

"ஆமாம். அப்புறம் ஒரே ஒரு வார்த்தை சொன்னால் போதும். அதாவது நான்தான் சிபாரிசு செய்து அவர்களுக்கு இந்த காண்ட்ராக்ட்டை வாங்கிக் கொடுத்ததாக நீ ஒரு வார்த்தையில் தெரியப்படுத்தினால் போதும். மற்றபடி மேலே ஆக வேண்டியதை நான் பார்த்துக் கொள்ளுகிறேன்."

திகைப்பினால் நீராவிற்கு உடனே பதில் சொல்ல

முடியவில்லை . ஓகோ! இதைத்தான் அவன் 'தூண்டுகோல்' என்று குறிப்பிட்டானா? இந்த காண்ட்ராக்ட்டுக்கு பிரதியாக சுப்பாமணிக்கு ஒரு உயர்தர வேலை கிடைக்கும். அதற்காக வாய் கூசாமல் அவளை இப்படி மோசடி செய்யத் தூண்டுகிறான். இவனுக்குத்தான் என்ன திமிர்.... என்ன தைரியம்! அவள் அவனுடைய வேண்டுகோளுக்கு இணங்குவாள் என்று என்ன நிச்சயம் கொண்டு பேசுகிறான் ! நீரா அவனை ஒருவித வியப்புடன் பார்த்தாள்.

சுப்பாமணியோ சிறிதும் கவலைப்படாமல் அவளுடைய பதிலுக்காகக் காத்திருந்தான். அவள் மறுக்கக்கூடுமென்று அவன் எதிர்பார்க்கவில்லை போலும். அவன் முகத்தில் அம்மை வடுக்கள் குழியிட்டிருந்தன. அவனுக்கு முப்பத்திரண்டு பற்களுக்கு மேலேயே இருக்குமென்று தோன்றிற்று. சிரிக்கும் போதெல்லாம் அவை அவன் உதடுகளைத் தாறுமாறாகக் கவ்விக்கொண்டு வெளியே நீண்டு நிற்கும். அவனைப் பார்க்கப் பார்க்க நீராவின் வெறுப்பு ஓங்கிற்று.

"என்ன தைரியம் உனக்கு? கொஞ்சங்கூட வெட்கமில்லாமல் இப்படிப் பேசுகிறாயே! நீ என்னை என்ன கேட்கிறாய் என்று உனக்கே புரிந்திருக்காது. இல்லாவிட்டால் இப்படிப் பேசுவாயா?" கோபத்தின் உஷ்ண வேகத்தில் பேசும்போது அவளுக்கு மூச்சு வாங்கியது.

சுப்பாமணி எழுந்து நின்றுகொண்டான். பிறகு கைகளை தன் சராய்ப் பையில் போட்டபடி தன்னை உயரமாக நீட்டி விட்டுக் கொண்டான். அவனுக்குக் கட்டையான உருண்டையான ஆகிருதி. அதை, இப்படி தன்னைத்தானே நீட்டி விட்டுக்கொள்ளும் காட்சி நீராவிற்கு மிக்க வேடிக்கையாக இருந்தது. "என்னமோ, உங்கப்பாதான் அந்த நாளில் என் பேரில் வீண் அபவாதத்தை சுமத்தி, அவதூறு சொல்லி அனுப்பினார். நீயாவது அதற்குப் பரிகாரமாய் ஏதாவது உபகாரம் செய்வாயென்று நினைத்து வந்தால்... நீயும் உங்கப்பாவைப் போல்...."

"போதும். மூடு வாயை. அப்பா உனக்கு விதித்த தண்டனை சரியானது."

"ஏதோ ஒரு சில்லறை விஷயத்திற்காக இத்தனை தூரம் கோபித்துக்கொண்டு...."

"நீ அம்மா பெட்டியில் கை வைத்தது நிஜம்தானே?"

"என்னமோ அவசரம். செய்துவிட்டேன். ஆனால் அவருக்குத்தான் அனுதாபம் காட்டும் குணம் கிடையாதே!"

"அதுபோல்தான் நானும். நீதான் சொல்லிவிட்டாயே - நான் அப்பாவைப் போல் என்று..."

"ஈவிரக்கமில்லாமல், நேரே விசாரியாமல்.... பிறர் மேல் பழியைப் போடுவதில் அவருக்கு ஈடு யாரும் இருக்க முடியாது. முரளி விஷயத்தில் கூட..."

"போ வெளியே - வெட்கமில்லை? போ - போகிறாயா இல்லையா..." நீராவின் குரல் கடுமையாக இருந்தாலும் துக்கம் அவள் நெஞ்சை அடைத்தது. அப்பாவையா அவன் இப்படிச் சொல்லுகிறான்? அந்தச் சமயத்தில் நீலவேணி திரையை அகற்றிக்கொண்டு உள்ளே எட்டிப் பார்த்தாள். அப்போதுதான் அத்தனை போதாக அவள் திரை மறைவில் நின்று கொண்டு எல்லாவற்றையும் கேட்டிருக்க வேண்டுமென்ற சங்கதி நீராவின் மூளைக்குப் பாய்ந்து சென்றது.

அதற்குள் கமலாம்பாள் உள்ளே வந்தாள். "உன் முகத்தைப் பார்த்தால் ஒரு மாதிரியாக இருக்கிறதே! என்ன விசேஷம்?" என்று நீராவை விசாரித்தாள்.

சுப்பாமணியோ, குப்புற விழுந்தாலும் மீசையில் மண் ஒட்டவில்லை என்ற ரீதியில் சிரித்துக்கொண்டே மிடுக்குடன் நடந்து போய்விட்டான்.

"என்ன நடந்தது?" என்று கமலாம்பாள் மறுபடியும் கேட்டாள்.

நீரா அழாக்குறையாக, “அப்பாவைத் தூஷித்தான், பழித்தான், அடாது சென்னான்” என்றாள்.

“அவ்வளவுதானே! சுப்பாமணியைத் தெரியாதா? அவன் இப்படித்தான் பேசுவான். அதற்காக வருத்தப்படலாமோ? நான்தான் முன்னாலேயே உன்னை எச்சரித்திருந்தேனே!”

“அவனால் வாய் கூசாமல் எப்படி அப்பாவைப் பற்றி இப்படிப் பேச முடிந்தது?”

“அதுதான் உலகம். அப்பா சொல்லுவாரே. ‘நன்றி செலுத்த வேண்டிய இடத்தில் தூஷணையை அர்ச்சிப்பதில் மனிதனுக்கு ஓர் அலாதி திருப்தி’ என்று. ஊம்..... பேசாமல் நம் ஆபீசில் குமாஸ்தா வேலை பார்த்துக் கொண்டு வீட்டோடு சாப்பிட்டுவிட்டு சுகமாய் இருந்திருக்கலாம்! அதை விட்டு என் கைப்பெட்டியைத் திறந்தான். அப்பா பார்த்துவிட்டார்.”

இதைக் கேட்டதும் நீராவின் மனம் மாறியது. அவள் பரிகாசத்துடன் நகைத்துக் கொண்டாள். “பேசாமல் வீட்டில் சாப்பிட்டுக் கொண்டு குமாஸ்தாவாய் இருப்பதா? நன்றாய்ச் சொன்னாய்? சுப்பாமணியா அப்படி இருக்கப்பட்டவன்? அவன் மனக்கோட்டைகளைப் பற்றி உனக்குத் தெரியாது. அப்பா சொன்னபடி வீட்டில் சாப்பிட்டுக்கொண்டு இருந்திருந்தால், இன்று அவன் ஒரு பிரபல புரோக்கராய் இருக்க முடியாது?”

“யார்? சுப்பாமணியா புரோக்கராய் இருக்கிறான்?”

“ஆமாம். இன்று சுப்பாமணி ஒரு பெரிய புரோக்கர். மாதம் இருபதாயிரம், முப்பதாயிரம் என்று சம்பாதித்து வாரி இரைப்பதாக, இப்போதுதான் பிதற்றிவிட்டுப் போகிறான்.”

“ஓகோ! கழுதை கெட்டால் குட்டிச்சுவர். அப்பா சொல்லி வந்தது எல்லாம் சரியாய்ப் போய்விட்டது. சுப்பாமணி போலுள்ளவர்கள்தான் உலகத்தில் அதிகம் போலிருக்கிறது. அதுதான் அவர் புரோக்கர்களிடத்தில் கவனமாய்ப் பழகி வந்தார். அவருக்காக ஷேர்கள் வியாபாரம் நடத்தி வந்த

புரோக்கர்களை அவர் ரொம்ப ஜாக்கிரதையாகப் பொறுக்கி எடுப்பது வழக்கம். ஒரு சமயம் அவருக்கு ஷேர் மார்க்கெட்டில் குறைந்தபட்சம் ஒரு இருபதாயிரம் ரூபாய் நஷ்டம் வந்தது. அப்போது அப்பா என்னிடம் சொல்லி இருக்கிறார். அவர் தேர்ந்தெடுத்த புரோக்கருடைய சாமர்த்தியத்தினாலும், நாணயத்தினாலும்தான் நஷ்டஈடு அத்தனையுடன் நின்றதாம்...."

நீரா குறுக்கிட்டாள். "நம் சுப்பாமணியைப் போலுள்ளவனை அவ்விதக் காரியத்தில் போட்டால் தெரியும். அங்கு மிங்குமாக சில ஆயிரங்களை நழுவ விட்டிருப்பான்..." பேசிக்கொண்டே போகும்போது நடுவில், நீராவிற்கு ஒரு சந்தேகம் வந்தது. "அப்பாவிற்கு இந்த நஷ்டம் எப்போதம்மா ஏற்பட்டது? நினைவிருக்கிறதா?" என்று கேட்டாள்.

"சரியாக நினைவில்லை. ஆனால், அதற்குப் பிறகு அவர் அதிக காலம் உயிருடன் இருக்கவில்லை என்பது என்னமோ, நன்றாக ஞாபகம் இருக்கிறது. முரளி நம் கம்பெனியை விட்டு விலக ஆறு மாதத்திற்கு முன்னால்தான் அந்தச் சம்பவம் நடந்தது என்று தோன்றுகிறது."

அப்போது அடுத்த அறையில் டெலிபோன் மணி அடித்தது. அம்மா அதைக் கவனிக்க எழுந்து சென்றாள். "ஹல்லோ... யார் ஸரஸ்வதியா? ஆமாம்... நீராவிடமா... ஆகட்டும், சொல்லுகிறேன். உன் அகத்துக்காரருடைய மாற்றல் விஷயம் தானே?... ம்... ம்... மறக்கமாட்டேன்.... மறக்காமல் சொல்லுகிறேன்...." மேலே அம்மா பேசியது ஒன்றும் நீராவிற்கு காது கேட்கவில்லை. அவள் கவனம் வேறு திக்கில் சென்று கொண்டிருந்தது. யோசனையுடன், அப்பாவின் உருண்டை நாற்காலியில் அமர்ந்து கொண்டாள். அப்பா என்று அவள் வாய் முணுமுணுத்தது. பிறகு தன் தேகத்தை நாற்காலிக்குள் இன்னும் நன்றாகப் புதைத்துக் கொண்டாள். உடனே அந்த நாட்களில், அப்பா தன்னை அணைத்துக் கொள்ளும்போது உண்டாகும் கதகதப்பான அந்த இன்ப உணர்ச்சியில் மீண்டும் அவள் நினைவும் நெஞ்சும் புதைந்தன.

'அப்பா' என்று கத்திக்கொண்டேதான் அவள் தினமும் சாயங்காலம் கதவைத் திறக்க வாசற்புறம் ஓடுவாள்.

★★★

"அப்பா நீ ஆபீஸிலிருந்து வந்துவிட்டாயா?" அவள் தொண்டை அடைத்துக் கொள்ளும். "அப்பா, அம்மாவை எத்தனை தரம் விளையாடக் கூப்பிட்டாலும் அவள் வருவதில்லை. எப்போதும் காரியமாகவே இருக்கிறாள்."

"அவள் வராவிட்டால் போகிறாள், அதுதான் உன்னுடன் விளையாட நான் வந்துவிட்டேனே!"

நீராவின் குரலில் ஒலித்த ஆவலை ஒத்திருக்கும் அப்பாவின் அணைப்பு. அப்பப்பா அந்த சுகம்! அந்த இன்பம்! திடமான நம்பிக்கை விளைவிக்கக்கூடிய அந்த அன்பின் பிணைப்பு ! அப்போது அவளுக்கு ஐந்து வயது! ஓடிப்போய் அந்த அன்பின் ஆதரவில் சுகமாகப் பதுங்கிக்கொள்ள முடிந்தது. இப்போது..... இப்போது?

அன்பு வைப்பதில் அவள் தந்தையைப் போல் யாருண்டு? அதுவும் அந்த அன்பு எத்தகையது? சில சமயம் வீரத்துடனே வரும். மற்றும் பல சமயங்களில் அநுதாபத்துடன் வரும். கஷ்டப்படுவோர்கள் இடத்தில் இரக்கத்துடனே தாவும். ஒவ்வொரு சமயம் அவர் அதைக் கோபத்துடனே கொடுக்கும்போது அவருடைய வெளித் தோற்றத்தைக் கண்டு பிறர் அவரைத் தவறாக அர்த்தம் செய்து கொள்ளுவார்கள். ஆனால் குழந்தைப் பருவத்திலிருந்தே, நீராவிற்கு மாத்திரம் அந்த அன்பின் சீதோஷ்ண நிலைமையை அறியும் விதம் தெரியும். அவள் ஒருத்தியே அப்பாவின் உக்கிரமான வெளித்தோற் றத்தைக் கண்டு அஞ்சாமல் இருந்து வந்தாள். அவருடைய அகத்திலுள்ள அன்பைத் தொட வேண்டுமானால், அதன் வெளித்தோற்றமான உஷ்ண ஜ்வாலையைப் பொறுத்துத்தான் ஆகவேண்டுமென்று அவளுக்கு மாத்திரமே தெரியும்.

ஆனால் சுப்பாமணி போன்றவர்களுக்கு இந்த ரகசியம் எப்படிப் புலனாகும்?

சுப்பாமணியின் தகப்பனார் ராமசாமி, தென்னாட்டிலிருந்து ஜீவனத்திற்காக பரதபுரிக்கு வந்த பல பேர்களில் ஒருவர். நல்ல சாதுவான மனிதர். ஆனால் சம்பள தினத்தன்று அவருக்கு ஊர் நினைவு வந்துவிடும். ஆபீஸிலிருந்து அப்படியே பணத்துடன் ரயிலடியைப் பார்க்கப் புறப்பட்டு விடுவார். அப்பாவிற்கு இது விஷயம் தெரியும். ராமசாமியின் குடும்பம் அந்த சொற்ப சம்பளத்தைக் கொண்டு சிரமத்துடன் வாழ்வதும் தெரியும். அதனால் சம்பள தினத்தன்று அவர் ராமசாமியின் ஆபீஸுக்கு ஓடுவார். மத்தியானம் வரையில் அங்கேயே தங்கி இருந்து நயமான வார்த்தைகளால் ராமசாமியின் மனத்தைத் திருப்பி, அவரை வீட்டிற்கு அழைத்து வருவார். அவர்கள் வாசற்படியைத் தாண்டி உள்ளே வந்ததும், ராமசாமி மனைவியின் கண்களிலிருந்து பொலபொலவென்று கண்ணீர் உதிர்வதும், பாட்டி அவர்களை அன்புடன் எதிர்கொண்டு அழைப்பதும், ராமசாமி முகத்தில் அசட்டுக்களை சொட்ட நிற்பதும், நீராவின் குழந்தை மனத்தில் ஒரு அழியாத சித்திரமாகப் பதிந்து கிடந்தன. அந்த சாது ராமசாமியின் பேரில் வைத்திருந்த இந்த அபிமானத்தினால், அப்பா சுப்பாமணியையும் ஆதரித்தார்.

ஆனால் சுப்பாமணிக்கு இல்லாமையினால் உண்டாகும் ஒரு கர்வம் ஏறிக்கிடந்தது. 'நீங்கள் பணக்காரர்கள்தாம்; ஆனால் உங்களுடைய கௌரவமான ஆதரவு எனக்கு வேண்டியதில்லை. உங்களைப் போல் நானும் ஆக முடியாதா?' என்பது போன்ற ஒரு பாவத்துடன் அவன் நடந்து கொள்ளுவான். வேண்டுமென்றே அப்பா காது கேட்க உரக்கச் சிரித்துச் சவடால் அடித்துப் பேசுவான். அவருக்கு ரசிக்காது என்று தெரிந்தே, 'ஸில்க் ஜிப்பா'வை அணிந்து கொண்டு, வாய் நிறைய தாம்பூலத்தைக் குதப்பியபடி அவர் எதிரே வளைய வருவான். தான் என்ற கர்வத்தினால் அவனுக்கு உண்டாயிருந்த மமதையை அளவே இட முடியாது. இருந்தாலும் அப்பா ராமசாமிக்காக இதையெல்லாம் பொறுத்து கொண்டு சுப்பாமணியைத் திருத்தி,

நல்ல வழியில் பழக்கப் பார்த்தார். அவனுக்குத்தான் ஆபீஸில் குமாஸ்தா வேலை செய்து வைத்தார். அம்மா அவனை வீட்டோடு வைத்து ரட்சித்தாள். என்ன செய்தும் அவன் அப்பாவை ஒரு குரூரமான உள்ளம் படைத்தவர் என்றே கணித்து விட்டான். அன்பு கொண்டவர்களைப் பற்றி சுப்பாமணி அறிய நியாயமில்லை. அப்பேர்ப்பட்டவர்களுக்கு இந்தக் கடினமான வெளித்தோற்றம் அவசியம்; இல்லாவிட்டால், சுற்றியுள்ளவர்கள், அவர்களுடைய உதிரத்தை அடியோடு உறிஞ்சி, அப்படியே அழித்துவிடுவார்கள் என்பதை அவன் கண்டானா? அவன் பொறுப்பற்று ஊர் சுற்றினான்; பரிட்சைகளில் தோற்றான்; வம்பு பேசிக்கொண்டு திரிந்தான். கடைசியில், அவன் செய்தது?

அப்பாவின் வாழ்வின் முறைகளை அருகிலிருந்து கவனித்து வந்த நீரா ஒரு பாடம் கற்றாள். பிறர் நம்மைப் போல் அன்பை நேரில் காணத் துடிப்பதில்லை, உண்மையை அறியத் தவிப்பதில்லை. அதனால் இவ்விஷயங்களை அவர்களுக்குக் கற்பிக்க முயன்றால், ஏமாற்றமே அடைவோம்; அதுவுமல்லாமல் அவ்வித பிரயத்தனங்களால், நாம்தாம் பலஹீனப்படுவோம், அவர்கள் நம்மை மதியார்கள். அப்பாவும் வயதாக ஆகத் தளர்ந்தார். எந்த மனிதனுக்குத்தான் தன் வாழ்நாட்களிலேயே தன்னுடைய லட்சியங்களின் எல்லையைக் காண முடிகிறது? எவனுக்குத்தான் சுதந்திரம், திடமனம், நம்பிக்கை இவை யாவும் கடைசி வரையில் குறையாமல் இருக்கின்றன? வாழ்வின் பயணத்திற்கு முற்றுப்புள்ளி வைக்கும் முன் எவன்தான் எது நல்லது, எது கெட்டது என்று பூரணமாகத் தெளிந்து கொள்ள முடிகிறது.

நீரா ஒரு நீண்ட பெருமூச்சு விட்டாள். அப்பாவின் சித்தாந்தங்களை அவளும் அனுசரித்து வரவேண்டுமென்பது அவள் நோக்கம். ஆனால் அவரைப்போல் உறுதியும், மனோதிடமும் இல்லாமல் அவள் எப்படி அவற்றைப் பயில முடியும்? சுப்பாமணி, இப்படிப் பேசிவிட்டுப் போனதற்காக அவள் ஏன் இத்தனை தூரம் கலங்க வேண்டும்? அப்பாவாக இருந்தால், உடனே அந்த அற்பனை மனத்தை விட்டுப் பிய்த்து

எறிந்திருப்பார். 'சரி போதும். இனிமேல் அவனைப்பற்றிப் பேசாதே' என்று சூத்ர பாஷையில் சொல்லி அவனையும் அகற்றி இருப்பார். வாழ்க்கையில் நம்மை பாதிக்கும் அல்ப ஏமாற்றங்களைப் பெரிது செய்வதில் ஆபத்து இருக்கிறது. நம்மைச் சூழ்ந்திருப்போர்களின் சில்லறைக் குற்றங்களைக் கண்டு சஞ்சலம் கொண்டோமானால், அவர்கள் யோசியாமல் சொல்லும் மொழிகளை நாம் மனத்தில் வாங்கிக் கொண்டு துக்கித்தோமானால், பிறகு உண்மை ஆபத்துகள் நம்மை நெருங்கும்போது நாம் அவற்றை எதிர்த்துப் போராட வலிமையற்றவர்கள் ஆவோம். இதுவே இத்த சூத்ரத்தின் பொருள். மனத்தை அடக்கியாள தன்னந் தானாகவே பழக வேண்டுமென்பது அவருடைய திடமான நம்பிக்கை. இதை அவர் அவனுக்கு சிறு வயதில் எத்தனையோ விதமாக உணர்த்த முயன்றிருக்கிறார். அப்படி நினைத்துக் கொண்டதும், நீராவிற்கு தன் குழந்தைப் பருவத்தின் ஒரு கட்டம் நினைவிற்கு வந்தது.

சனிக்கிழமை தோறும் அப்பா அவளை தெருக் கோடியிலிருந்த சினிமாக் கொட்டகைக்கு அழைத்துப் போவார்.

படத்தில் கதாநாயகிக்கு நேரிடும் விசித்திரமான ஆபத்துகளைக் கண்டு அவள் விசித்து விசித்து அழுவது வழக்கம்.

"ஐயோ அப்பா, என்ன ஆகும்? அவள் போய் விடுவாளா? சொல்லேன். பயமாய் இருக்கிறதே, அப்பா" என்று கேட்டபடி, நீரா அழுதழுது படம் பூராவும் அப்பாவைத் தொந்தரவு செய்வாள்.

அப்பாவும் அவளை ஒருதரம் சமாதானப்படுத்தியும், மற்றொரு தரம் கடிந்துகொண்டும், படத்தைப் பார்த்துத் தீர்ப்பார்.

படம் முற்றிற்று, எல்லாம் சுபமாய் முடிந்தது என்று அறிந்து கொண்டதும், நீரா குதூகலத்துடன் வெளியே வருவாள். அப்போது அந்தியின் மங்கிய சூரிய வெளிச்சத்தில் அவளுடைய கன்னங்களில் கண்ணீர் வழிந்தோடிய அடையாளங்களை அப்பா கண்டு விடுவார். உடனே மறைந்திருந்த அவருடைய

கோபம் மறுபடியும் வெளிக்கிளம்பும். வாழ்க்கையில் அற்ப ஏமாற்றங்களை பெரிது செய்தால் நமக்கு நேரிடக்கூடிய அபாயங்களை எடுத்துரைத்து, ஆறு வயதுக் குழந்தைக்கு தத்துவோபதேசம் செய்வார்.

"ஒவ்வொரு தடவையும் நீ இப்படித்தான் அழுகிறாய். உன்னை இனிமேல் சினிமாவிற்கே கூட்டிச்செல்லப்போவதில்லை" என்று சபதம் செய்வார்.

"இல்லை, அப்பா, இனிமேல் ஒரு போதும் இதுபோல் அழமாட்டேன்" என்று நீராவும் அதற்குப் பிரதியாக வாக்குக் கொடுப்பாள்.

ஆனால் அடுத்த சனிக்கிழமை வந்ததும் இரண்டு பிரதிக்கினைகளும் பொய் ஆகும். அப்பா அவளை மறுபடியும் படம் பார்க்க அழைத்துச் செல்வார். அவளும் என்ன முயன்றும், பார்த்தும், பொறுக்க முடியாமல், அழுதுவிடுவாள். அந்தக் கதாநாயகி படும் துன்பங்களை அவளே அனுபவிப்பது போல், நீராவிற்கு அத்தனை துயரம் உண்டாகிவிடும்.

மறுபடியும் அப்பா கோபிப்பார்.

நீரா சட்டென்று கண்களைத் துடைத்துக் கொள்ளுவாள். ஒகோ, மறந்து போய்விட்டோமே! அழுவதில்லை என்று ஆணையிட்டிருக்கிறோமே!

அந்தச் சின்னக் குழந்தையின் உள்ளத்தில் ஒரு பக்குவப் பெண் ஒளிந்து கொண்டிருந்து இருக்க வேண்டும். அந்தச் சமயத்தில், ஒரு கண நேரத்திற்கு, அவள் ஒரு வளர்ந்த பெண்ணின் அறிவையும் உணர்ச்சியையும் பெற்றாள். அநாவசியமாக அழுது, ஆகாத்தியம் செய்வதில் தனக்குத்தான் நஷ்டமென்று தெரிந்துகொண்டாள். வாழ்வில் எதற்குப் பெருமதிப்புக் கொடுக்க வேண்டும், எது ஒளி, எது சாயை, என்ற உண்மைகள் ஒரு விநாடிக்கு அந்தக் குழந்தை மனத்தில் பளிச்சிட்டு மறையும். அந்தச் சில நிமிடங்களுக்கு அப்பாவும் படத்தை ஆசுவாசத்துடன் பார்த்துக்கொண்டிருப்பார்.

அப்போது நீராவிற்கு வயது ஆறோ, ஏழோதான் இருக்கும். அப்பா அவளை அடிக்கடி வெளியே உலாவக் கூட்டிப் போவது வழக்கம். அநேகமாக அவர்கள் சமுத்திரக் கரைக்குத்தான் போவார்கள். என்றைக்குமே பரதபுரியில் மணல் திட்டுகள் அதிகம் கிடையாது. ஒரே ஒரு சின்னத்துண்டு யுதாஜித்மலை வளைவில் ஒளிந்து கொண்டிருக்கும்.

இன்றைக்கோ அந்த இடத்தில் மணல் என்பதை மாதிரிக்குதான் பார்க்கலாம். வருஷக்கணக்காக, ஜனங்கள் கடலை வாங்கித்தின்று, களைந்துவிட்டுப்போன காகிதத் தூள்கள் மணலுடன் கலந்து கொண்டு, அதை உருத்தெரியாமல் அழித்துவிட்டது. இப்போது அது ஒரு குப்பை மேடு.

நீரா குழந்தையாக இருக்கும்போது அந்த வெள்ளை மணல் வெள்ளி நிலாப்போல் ஒளிரும். ஊம் என்று நீரா உப்புக்காற்றை உவப்புடன் உள் இழுத்துக்கொள்ளுவாள். பிறகு ஆடைகள் பறக்க, களிப்புடன் அலைகளை நோக்கி ஓடுவாள். கால்கள் ஈர மண்ணில் பதிய, சிறுகை விரல்களை மணலுக்குள்ளே இட்டு, அழகான கிளிஞ்சல்களைத் தோண்டி எடுப்பாள். அவளுடைய பரட்டை மயிர் காற்றில் புஸ்ஸென்று எழும்பி நிற்கும். அவளோ மதி மயங்கி, தனக்கு மிகவும் இஷ்டமான கற்பனை உலகில் வாழ்ந்து கொண்டிருப்பாள். மணலை உருட்டி அரண்மனைகளைக் கட்டுவாள். பிறகு அகழிகளைத் தோண்டுவாள்.

அப்பா தன் நண்பர்களுடன் கூடிப் பேசுவார். அல்லது அங்கே அடிக்கடி நிகழும் கூட்டங்களிலும், பிரசங்கங்களிலும் கலந்து கொள்வார். நீரா அதையெல்லாம் அரைகுறையாகத்தான் கவனிப்பாள். கை விரல்கள் மணலைக் குழைக்க, அலையோசை காதில் இசைபாட, அவள் தன்னுடைய தனி உலகில் சஞ்சரித்துக்கொண்டிருப்பாள். பிரும்மானந்தமான அந்தக் காற்று வெளியில் எத்தனை நேரம் விளையாடினாலும் அவளுக்கு அலுக்காது. வீடு திரும்பும் சமயம் வந்தது.

அப்பா அவளை வெகு நேரம் மன்றாடி அழைத்த பின்தான், அந்த இடத்தை விட்டுப் பெயர மனமில்லாமல், முணுமுணுத்தபடியே போவாள். அப்பாவோ எப்போதுமே அவசரமாய் நடப்பவர். அவருடன் சேர்ந்து போவது கஷ்டம். அத்துடன் மனம் வேறு தடை செய்தால், அவள் எப்படி கூடவே போகமுடியும்? நீரா திணறுவாள். கடைசியில் விறு விறுப்பான அந்த நடையின் வேகத்தைப் பொறுக்க முடியாமல் அவள் அப்பா பின்னோடு ஓடித்தான் போக நேரிடும். அந்தத் திறந்த வெளியில் சுதந்திரமாக விளையாடித் திரிந்த பிறகு வீட்டிற்குள் புகும்போது, நீராவிற்கு மறுபடியும் கூண்டில் அடைபடுவதுபோல் ஓர் உணர்ச்சி உண்டாகும்.

அம்மா உள்ளே வந்தாள். “இந்தா, சுடச்சுட காப்பி கலந்திருக்கிறேன். குடி. சுப்பாமணியை மறந்து விடு” என்று நீராவின் அருகில் உட்கார்ந்தபடி, தன் அன்பையே பகிர்ந்து கொடுப்பது போல், காப்பியைக் கோப்பையில் ஊற்றிக் கொடுத்தாள்.

“ஸரஸ்வதி போன் செய்தாள்” என்றாள் அம்மா.

“தெரியும், கேட்டேன்” என்று நீராவும் சுருக்கமாய் பதிலளித்தாள்.

‘அம்மா தயங்கினாள்; “சந்திரஹாஸன் கூட வந்திருந்தான். உனக்கு அவனைப் பார்க்க சமயமில்லை என்று சொல்லி அனுப்பிவிட்டேன். நினைவிருக்கிறதா... சாஹே அண்டு கம்பனியில் அப்பா அவனுக்காகப் பிரயத்தனப்பட்டாரே.. இப்போது சாஹே அவனை சரியாக நடத்தவில்லையாம். ஏதோ பெரிய கதை. இந்தத் தொல்லையெல்லாம் உனக்கு வேண்டாமென்று நானே அவனை நல்ல வார்த்தைகள் சொல்லி அனுப்பிவிட்டேன்.”

அம்மா சொல்லுவதொன்றும் நீரா காதில் விழவில்லை. இளம் பறவை சிறகுகளை அடித்துக்கொண்டு பறக்க முடியாமல் பறந்து செல்ல எத்தனிப்பது போல் நீராவின் மனம் எதையோ தாவிப் பிடிக்க முயன்று கொண்டிருந்தது.

★★★

அப்போது நீலவேணி உள்ளே வந்து, "முரளி வந்திருக்கிறான். நீராவைப் பார்க்கவேண்டுமாம்" என்றாள்.

முரளியா! நீராவிற்கு ஒரே வியப்பாய் இருந்தது. இன்று என்ன, ஒன்றன் பின் ஒன்றாக இப்படி பழைய முகங்களும் பழைய நினைவுகளுமாக அவளைச் சூழ்ந்து கொள்ளுகின்றன? முரளி எதற்காக அவளைப் பார்க்க வர வேண்டும்? அதுவும் அப்பாவிடம் இத்தனை வருத்தம் வந்த பிறகு? ஒரு வேளை அம்மாவைப் பார்க்க வந்திருக்கிறானோ?

அவள் அம்மாவின் முகத்தைப் பார்த்தாள். அதுதான் அவள் இல்லாத சமயங்களில் அம்மா அவனை அடிக்கடி பார்த்து வருகிறாள் என்ற விஷயம் எல்லோருக்கும் தெரிந்த சங்கதி ஆயிற்றே. அப்பா இருக்கும்போது, அவரும் அது விஷயத்தை அறிந்திருந்தார். அதனால், அவன் இப்போது அம்மாவைப் பார்க்கவென்று வந்திருக்க முடியாது அவளைத்தான் கண்டு பேச வந்திருக்கிறான். அவளிடம் பேச அவனுக்கு என்ன சங்கதி இருக்க முடியும்? அப்பா அவனை ஒதுக்கின பிறகு, அவளும் அவன் உறவைக் கத்தரித்துக்கொண்டு விட்டாளே!

அத்தனை பிரியத்துடன் குழந்தை வயதில் கூடிப் பழகிய முரளியிடம் இப்போது நீராவிற்கு பழக்கமே விட்டுப் போய்விட்டது. அவள் அம்மாவை குறிப்புடன் நோக்கினாள்.

அம்மா தலையை அசைத்தாள். "ஆமாம் உன்னைப் பார்க்கத்தான் வந்திருக்கிறான்."

"எதற்காக? இத்தனை வருடங்கள் கழித்து எங்களுக்குள் பேசிக்கொள்ள என்ன இருக்க முடியும்?"

அம்மா மேலே ஏதோ சொல்ல வாயெடுத்தாள், அதற்குள் முரளியே உள்ளே வந்துவிட்டான்.

"வரலாமா நீரா?" என்று கதவண்டை தயங்கி நின்றான்.

"வா, உள்ளே, வாப்பா" என்று அம்மா அழைத்தாள்.

முரளியைப் பார்த்தவுடன் நீராவிற்கு தன் சிறிய தகப்பனார் நினைவு வந்துவிட்டது. அதே முகம், கூச்சம் தோய்ந்த அதே புன்சிரிப்பு, ஏதோ செய்யக்கூடாததை செய்து விட்டது போல் ஒரு பார்வை. முரளி பேசவில்லை. வார்த்தை சொல்ல அவன் நா எழும்பவில்லை. இத்தனை நாட்களுக்குப் பிறகு என்ன கேட்பது - பேச்சை எப்படித் தொடங்குவது என்று நினைத்தானோ? அவள், பேசாமல் நாற்காலியில் அசைவற்று உட்கார்ந்திருந்தாள். அவளும் பேசவில்லை. அந்த மௌன நிலையில் எத்தனை எண்ணங்கள் அலைபாய்ந்து மோதியடித்துக்கொண்டு வந்தன!

சிறு வயதில் நீரா, தகப்பனாருக்கு அடுத்தபடி தன் சிறு தகப்பனாரிடம் பிரியம் வைத்திருந்தாள். அவரும் அவளை அசாதாரண பாசத்துடன்தான் கொண்டாடுவார். அவள் பிறந்து, ஐந்து வருஷங்கள் கழிந்த பிறகே, அவருக்கு முரளியும் சாரங்கனும் பிறந்தார்கள். அது வரையில் இரு சகோதரர்களுக்கும் நீராவே உயிராக விளங்கி வந்தாள், அவளுக்கு அங்கே ஏகாதிபத்தியம்.

அப்பா அதிகமாய்ப் பேசமாட்டார் நிர்தாட்சிண்யமாய் இருப்பார். கண்டிப்புடன் நடந்து கொள்ளுவார்.

சித்தப்பா குழைந்து கொண்டு, எல்லோரிடமும் அனுதாபம் காட்டிப் பழகுவார். அவரிடம் கடினம் என்பது கொஞ்சங்கூட கிடையாது. பார்க்கப் போனால் அவரை வெகுளி சாது என்று கூடச் சொல்லாம். இத்தனை குண பேதங்கள் இருந்துங்கூட சகோதரர்கள் இரண்டு பேரும் உயிரும் உடலும் போல் வாழ்ந்து வந்தார்கள். அப்பா எத்தனை கோபித்துக்கொண்டாலும், இவர் பொறுமையுடன் கேட்டுக்கொள்வார். ஏதாவது கட்டளையிடும்போது, அப்பா தீர்மானமாக அடித்துப் பேசினால், சித்தப்பாவிற்கு அது ஏற்காவிட்டால் கூட, அந்தச் சமயத்தில் குறுக்கே பேசமாட்டார். அப்பா சொல்லுவதும், செய்வதும் தவறாகவே இருக்க முடியாது என்பது போல் நடந்து கொள்ளுவார்.

இவ்விதம் இருந்து வந்த சித்தப்பாவே ஒருநாள் அப்பாவை எதிர்த்துப் பேசினார் என்றால் அந்தச் சம்பவத்தை நீராவால்

மறக்க முடியுமா? “உன் குறிக்கோள்கள் உயர்ந்தவை, மெச்சத்தக்கவை. இருந்தாலும் உலகத்திலுள்ளவர்கள் யாவரும் இதே மாதிரியான மேலான பிரமாணங்களைக் கையாள வேண்டுமென்றால் அது நடக்கக் கூடிய காரியமா? நீ அதைத்தான் விரும்புகிறாய். அதுவுமல்லாமல் அப்படிச் செய்யாதவர்களை எல்லாம் மூர்க்கத்துடன் எதிர்க்கிறாய். எல்லோராலும் இவ்வித உயர்ந்த நோக்கங்களைக் கடைப்பிடிக்க முடியுமாவென்று நீ யோசித்துப் பார்ப்பதில்லை. நேர்மையைக் கைப்பற்று என்று எளிதில் செல்லிவிடலாம். ஆனால் மனித சுபாவம் பலஹீனம் வாய்ந்தது. எல்லாரிடமும் இத்தனை யோக்கியமும், நாணயமும் எதிர்பார்ப்பது சுத்த மதியீனம். அப்படிச் செய்தாயானால் நீதான் துன்பப்படுவாய். குறையில்லாமல் வாழ வேண்டுமென்ற இந்த உன் கருத்து...” சித்தப்பா தொனியில் கசப்பு மேலிட்டிருந்தது. அவ்வார்த்தைகளை இப்போது நினைத்துப் பார்க்கும்போது நீராவின் உள்ளத்தை ஏதோ ஒன்று சுருக்கென்று தைத்தது. அவளும் நேர்மைப் பிரமாணங்களால் தன் உள்ளத்தை இறுக்கி இறுக்கித்தான், இந்த கதிக்கு வந்து விட்டாளா?

அம்மாவும் முரளியும் ஏதேதோ சில்லறை விஷயங்களைக் குறித்து சம்பாஷித்துக் கொண்டிருந்தார்கள். அவர்கள் இடையே தொடர்பு விட்டுப் போகவில்லை. பேச சங்கதிகள் இருந்தன. அம்மா வேண்டுமென்றே நீராவைப் பேச்சிற்கு இழுக்கவில்லை. நன்றாக யோசிக்கட்டுமென்று இருந்து விட்டாளா? யோசிக்க என்ன இருக்கிறது? முரளியும் சாரங்கனும் அவளுடைய சிறிய தகப்பனாரின் பிள்ளைகள். சித்தியும் சித்தப்பாவும் ஆகாய விமான விபத்தில் எதிர்பாராமல் இறந்த பிறகு அப்பாதான் அவர்களைத் தம் சொந்தக் குழந்தைகள் போல் வளர்த்து வந்தார். அப்புறம் சூழ்நிலை மாறிற்று. இப்போது அவர்கள் வேற்று மனிதர்கள் ஆகிவிட்டார்கள்.

அவர்கள் எல்லோருமாகச் சேர்ந்து கழித்த இன்ப நாட்களைக் கணக்கிட்டே பார்க்க முடியாது. அப்பாவிற்கு குழந்தைகளுடன் சிரித்துப் பேசத் தெரியாது. ஓடிப் பிடித்து விளையாடவும் தெரியாது, கதைகள் சொல்லவும் தெரியாது. ஆனால் தன்

அன்பின் பிணைப்பினால் குழந்தைகளுக்கு வேண்டிய சூழ்நிலைகளை எப்படியோ ஏற்படுத்தி விடுவார். அவர்களுக்கு எது தேவை என்று எப்படியோ உணர்ந்து விடுவார். அதன்படி பட்சணங்களோ, ஐஸ்கிரீமோ, உல்லாசப் பிரயாணங்களோ, அவர்களுக்குக் கிடைத்து வரும்.

கோடை விடுமுறைகளில் மலைப்பிரதேசங்களுக்குப் போனால், அப்பா குழந்தைகளை குதிரைச்சவாரி செய்ய பழக்கி வைப்பார். நீரா தனியாகச் சவாரி செய்ய பயப்பட்டால், அவளுடைய திகிலைத் தணிக்க, தானே குதிரையுடன் பின்னோடு ஓடி வருவார். அவள் மனக்கண் முன் மலைகள், மரங்கள் - அருவிகள் - ஒற்றையடிப் பாதைகள் - என்று காட்சிகள் வேகமாய் ஓடி மறைந்தன. குதிரை செங்குத்தான மலைச்சரிவை ஏறும்போது நீரா பீதியுடன் அதன் கழுத்தை இறுகக் கட்டிக்கொள்ளுவாள். பிறகு அது மறுபடி இறங்கும்போது அதே கிலி அவளைப் பிடித்து ஆட்டும். கீழே இரண்டு மலைகளுக்கு இடையே பளபளவென்று உருக்கிக் கொட்டிய வெள்ளியைப் போல் ஓடும் ஓர் ஆறு.

"முரளி, ஒருநாள் மலைச்சந்தில் நாம் சுவர்ணமுகியின் உற்பத்தியைத் தேடி நடந்தோமே... நினைவிருக்கிறதா?" நீரா உரக்கக் கேட்டு விட்டாள்.

"ஆமாம். எத்தனை அசட்டுத்தனமான ஆராய்ச்சி!" என்றான் முரளி. இருவரும் ஒருவரை ஒருவர் பார்த்துக் கொண்டனர். பிறகு பால்ய வயதின் அந்தப் பேதமையை நினைத்து, ஒன்றாகச் சேர்ந்து, விழுந்து விழுந்து சிரித்தனர்.

இவர்கள் ஏதாவது தாறுமாறாகப் பேசிக்கொண்டு தர்க்கத்தில் இறங்கி விடுவார்களோவென்று பயந்து, அதுவரையில் விறைப்புடன் உட்கார்ந்தபடி, அவர்களையே உற்றுக் கவனித்துக் கொண்டிருந்த அம்மா இதைக் கேட்டவுடன் அப்பாடாவென்று ஒரு நீண்ட மூச்சு வாங்கினாள்.

பிறகு , "நீங்கள் வேடிக்கையாய்ப் பேசிக்கொண்டிருங்கள். நான்

போய் முரளிக்குக் கொஞ்சம் பலகாரம் எடுத்து வருகிறேன்" என்று சொல்லிக்கொண்டே எழுந்து போனாள்.

அவர்களோ அவள் சொன்னதைக் கேட்டதாகத் தெரியவில்லை. மறுபடியும் குழந்தைகளைப் போல அர்த்தமில்லாமல் நகைத்துக் கொண்டார்கள்.

"முரளி! உனக்கு அந்த நீலமலைகளை ஞாபகமிருக்கிறதா? கார், மலையைச் சுற்றி வளையும்போது, நாம் கைகளை நீட்டி பலாக்காய்களை எட்டிப் பறிக்கப் பார்ப்போமே..."

"நினைவில்லாமல் என்ன? சுகந்தம் வீசும் விசிறி மரக்காற்று இப்போது கூட என் முகத்தை லேசாக வருடுவதுபோலத் தோன்றுகிறது. சோவென்று இரைச்சலுடன் கொட்டும் அருவி ஜலத்தின் தூவானம் இதோ கன்னத்தில் தெறித்து வெடிக்கிறது."

"அம்மரங்கள்! அவற்றின் உயரம்! நினைவிருக்கிறதா? வானத்தையே அளந்து விடுவது போன்ற அந்தத் தோற்றம் என்னைத் திகைக்க வைக்குமே! ஜாக்கென்னும் அந்தப் பையன் வளர்த்த மரங்கள் இவைதான் என்று நீ கூடக் கதை அளப்பாயே! ஞாபகமிருக்கிறதா?"

"ஓகோ! இருக்கிறது. நீரா, அந்தப் பூவின் பெயரைக் கண்டுபிடித்தாயா?"

"எந்தப் பூ?"

"மறந்துவிட்டாயா? வானிலை ஆராய்ச்சிக் கூடத்திற்குப் போகும் வழியில் பூத்துக் குலுங்கும் அந்தச் செடிகளை ஞாபகமில்லை?"

"ஆமாம்... ஆமாம். ரத்தச் சிகப்பு, கோமள கந்தம், சிரிக்கும் நங்கையின் குறுவாயைப் போல் இதழ்கள்..."

"மறந்து விட்டாயோ என்று நினைத்தேன்."

"இல்லை. அப்பூக்களின் பெயரைக் கண்டுபிடிக்க வேண்டும். அங்கே மறுபடியும் போய் அவற்றைப் பார்த்து மகிழ

வேண்டுமென்று எனக்கு வெகு நாட்களாக ஆசை. ஆனால் அப்பா இல்லாமல் அங்கே போக மனம் வரவில்லை.”

நீராவின் குரல் தழுதழுத்தது. அப்பாவுடன் கழித்த அந்த ஆனந்த மயமான நாட்கள் யாவும், அப்படியே அவள் மனத்தில் ஊறி, அங்கே ஞாபகச் சின்னங்களாகத் திகழ்ந்தன. அந்த வயதில், அவள் அனுபவித்த சுகங்கள் யாவையும் இறுகப் பிடித்து அணைத்து, அப்படியே எப்போதும் தன்னுடன் வைத்துக் கொள்ள வேண்டும் போலிருந்தது. அவ்வின்ப நினைவுகளை, அவள் சென்ற இடங்களில் எல்லாம் விதைகளாக விதைத்துவிட்டு வந்திருந்தாள். ஒவ்வொரு செடியிலும், ஒவ்வொரு கொடியிலும், பொங்கும் தன் இதயத்தின் அந்த வெள்ளத்தை, அவள் இறைத்து விட்டிருந்தாள். அப்பா அருகில் இருந்தபோது எந்த முயற்சியும் அவளுக்கு சுலபமாகத் தோன்றிற்று. இளம் வயதின் ஆர்வத்தினால் அவள் எதையும் ஆயாசமின்றி, லகுவாய், பட்சிகள் பறப்பது போல், செய்து வந்தாள்.

“முரளி, பிறருக்கு இன்பமூட்டவேண்டுமென்று அப்பாவைப் போல் யாராவது அத்தனை ஆத்திரப்பட்டு நீ பார்த்ததுண்டா?” நீரா மறுபடியும் உரக்கக் கேட்டாள்.

“அவர் நமக்கு இன்பம் மாத்திரமா ஊட்டி வந்தார்? உறுதியும் நிம்மதியும் அல்லவா தந்து வந்தார்? அவர் சென்றபின் அமைதியை இழந்து சஞ்சலத்தில் அல்லவா குழம்பிக் கொண்டிருக்கிறேன்!” என்றான் அவன்.

இதைக் கேட்டதும் நீராவின் குதூகலம் மறைந்தது. பழைய நினைவுகளும் அழிந்தன.

“முரளி, நடந்ததை எல்லாம் மறந்து, இன்னமுமா நீ அவரிடம் இத்தனை வாஞ்சை வைத்திருக்கிறாய்?” என்று வியப்புடன் கேட்டாள்.

முரளி விசனத்துடன் பதில் சொன்னான். “நடந்ததை மறக்க முடியாது. அந்தத் துயரம் தீராதது. அவர் என்னை எத்தனை

திட்டியிருந்தாலும் நான் கேட்டுக்கொண்டு இருந்திருப்பேன். ஆனால் அவர் பேசாமல் பராமுகமாய் இருந்தது என்னை வேறாக பாதித்து நடத்தியது. அந்த அவமானத்தை மாத்திரம் இப்போது நினைத்தாலும், என் உள்ளம் குமுறுகிறது."

"பின் நீ ஏன் அந்தப் பிழையைச் செய்தாய்? நேர்மைக்கு விரோதம் செய்வதை மாத்திரம் அவர் பொறுக்கமாட்டார் என்பது உனக்குத் தெரிந்த விஷயம்தானே!"

"நீரா, நான் எத்தனை தரம் சொல்லுவது? எத்தனை சத்தியம் செய்வது? நான் அந்தச் செக்கில் கையெழுத்துப் போடவுமில்லை, அதைப் பணமாக மாற்றவும் இல்லை."

"பின் யார் அதைச் செய்தது? அப்பா தீர விசாரியாமல் உன் பேரில் பழியைச் சுமத்தியிருக்க மாட்டாரே! அப்படி நியாயம் கெட்டு நடப்பது அவர் முறையல்லவே."

"யாரோ அது நானில்லை."

நீராவிற்கு அம்மாவின் வார்த்தைகள் நினைவிற்கு வந்தன. உடனே, படீரென்று மண்டையில் ஒரு அடி விழுந்தாற்போல் இருந்தது. "உனக்கென்ன பைத்தியமா? என்னிடமே வந்து அப்பா பேரில் குற்றம் சாட்டப் பார்க்கிறாயா?" - அவள் அவனைச் சீற்றத்துடன் நோக்கினாள்.

முரளி விழித்தான். "உனக்குத்தான் மண்டைக் கோளாறு என்று நினைக்கிறேன்" என்றான்.

நீரா வெறுப்புடன், "ஏன் கூடாது? நீ ஏன் அவரைப் பழிக்கக்கூடாது? சாரங்கன் அப்பாவைத் தூற்றவில்லையா? நீயும் ஏன் அப்படிச் செய்யக்கூடாது."

"அவன் விஷயம் வேறு. சீமையில், போன இடத்தில், அவன் மற்றொரு பெண்ணைப் பார்த்து ஆசைப்பட்டு கொண்ட மனைவியை ஒதுக்கினான். அது விஷயம் பெரியப்பாவிற்கு நியாயமாகப்படாது என்று தெரிந்து முன்ஜாக்கிரதையாகவே அவரைத் தூஷிக்க ஆரம்பித்தான்."

"முரளி, அந்தக் கடிதத்தை நான் பார்த்தேன். அதில் கண்டிருந்த வார்த்தைகளை நினைக்கக்கூட என் மனம் கூசுகிறது. கண்டிப்பினால் அப்பா அவன் மனதை ஒடுக்கி விட்டதாகவும், அதனால் இதுவரையில் அவன் கட்டின்றி சுதந்திரமாக வாழ்க்கையின் சந்தோஷத்தைப் பருகியது கிடையாதென்றும், அதனால் இப்போது அவன் செய்ததற்கெல்லாம் அவர்தான் மூல காரணமென்றும்..." நீரா மேலே பேசமுடியாமல் திணறினாள்.

முரளி சொன்னான்... "அவன் விஷயம் வேறு. நானோ ஒரு தவறும் செய்யவில்லை. இது சத்தியம். இதை நான் பெரியப்பாவிடம் எத்தனை தடவை சபதம் செய்து கூறியும் அவர் என்னை நம்பவில்லை. அவரும் உன்னைப் போல் ஒரு வேளை சாரங்கனை நினைத்துக் கொண்டாரோ என்னவோ தெரியாது. ஆனால், என்னை நம்பு நீரா, நான் அவருக்குத் துரோகம் செய்யவில்லை. நம் கம்பெனி விஷயங்கள் யாவும் தெரிந்த ஒருவன் கள்ள சாசனம் செய்து, பணத்தைப் பறித்திருக்கிறான். அது யாரென்று துப்புத்துலக்கிக் கண்டுபிடிக்க எனக்கு கொஞ்சம் அவகாசம் கொடுக்கும்படி நான் பெரியப்பாவை பல முறைகள் கெஞ்சிக் கேட்டுக் கொண்டேன். ஆனால் அவர் சம்மதிக்கவில்லை. என்னுடைய வேண்டுகோளை கண்டிப்பாய் மறுத்ததும் அல்லாமல், என்னிடம் அவர் கொண்டிருந்த நேசத்தையும் அப்படியே அடியோடு துண்டித்துக் கொண்டு, என்னை அறவே வெறுத்து விட்டார்." முரளியின் நா குழறிற்று.

அதென்னவோ உண்மைதான். நீராவிற்குத் தெரியும். அம்மா அவனுக்காக எத்தனையோ பரிந்து பேசியும், அப்பா மசியவில்லை. "என்னைப் பொறுத்த வரையில் இனிமேல் முரளி என்று ஒருவன் உயிருடன் இருப்பதாகவே நான் கருதப் போவதில்லை. என்னையும் மீறி நீ அவனைக் கொண்டாடினாயானால்...?"

பாவம், வளர்த்த வாஞ்சை அம்மாவைப் பிடித்து இழுத்தது. அவள், அடிக்கடி அப்பாவிற்குத் தெரியாமல், முரளியைச் சந்தித்து வந்தாள்.

"தீர விசாரணை செய்ய அப்பா உனக்குப் போதுமான சாவகாசம் கொடுக்கவில்லை என்றால் அது நம்பத்தக்கதாக இல்லையே! முரளி! நீ என்னிடமிருந்து எதையாவது ஒளிக்கிறாயா?" என்று நீரா கேட்டாள். 'ஊம்... ஊம்' என்று முரளி கொஞ்சம் அவசரமாகவே தலையை ஆட்டினான். பிறகு, "நீரா, நீயாவது அப்படிச் செய்ய எனக்கொரு வாய்ப்புக் கொடுப்பாய் என்று எண்ணித்தான் இப்போது இங்கு வந்தேன்" என்றான்.

"நானா!" ஆச்சரியத்தினால் நீரா முன்னால் தான் கேட்ட விஷயத்தைப் பற்றித் தொடர்ந்து பேச மறந்து விட்டாள்.

"நானா? இனிமேல் என்னால் என்ன செய்ய முடியும்?"

"நீ கம்பெனியில் ஒரு பங்காளி, சாரங்கன் பெண் ஸ்ரீவித்யாவின் சார்பாக மற்றொரு பங்கையும் பெரியப்பா உன் பொறுப்பில் விட்டுச் சென்றிருக்கிறார். நீ மனம் வைத்தால் எனக்கு உதவி புரியலாம்."

நீரா, முடியாது என்ற மாதிரி தலையை அசைத்தாள். "கம்பெனி விஷயங்களைத் துளைத்துப் பார்ப்பது அப்படி ஒன்றும் சுலபமான காரியமல்ல. மற்ற டைரக்டர்கள் அதற்கு இணங்குவது சிரமம். அப்படிச் செய்தால் கம்பெனிப் பெயருக்கு இழுக்கு வரலாமென்று அவர்கள் பயப்படக்கூடும். அப்பாதான் இது விஷயத்தைத் தீர ஆராய்ந்தாய் விட்டதே; அப்படி இருக்க, ஐந்து வருஷங்களுக்குப் பிறகு இப்போது புதிய சங்கதிகள் என்ன இருக்க முடியுமென்று அவர்கள் நிச்சயமாகக் கேட்பார்கள்?"

"நீரா, நீதான் என் பெயரைக் காப்பாற்ற வேண்டும்" முரளி கெஞ்சினான்.

"அதைத்தான் அப்பா செய்துவிட்டாரே. உன் பெயரைக் காப்பாற்ற வேண்டுமென்றுதானே செக்கிலுள்ள கையொப்பம் அவருடையது அல்ல, அது பொய், என்று தெரிந்துங்கூட அதைத் தன்னுடையது என்று ஒப்புக்கொண்டார். அப்புறம், மற்ற டைரக்டர்களுக்கு விஷயம் தெரியக்கூடாது என்று

அவரே தன் சொந்தப் பணத்தைக் கொண்டு கம்பெனிக் கணக்கை சரிப்படுத்தினார். இத்தனையும் போதாதென்று, நீ கஷ்டப்படாமல் இருக்க, உனக்கு வேறு ஒரு பிரபல கம்பெனியில், வேலை கூடப் பார்த்துக் கொடுத்தார். ஒன்றே ஒன்று. அதற்குப் பிறகு தம் கம்பெனி டைரக்டர் என்ற பதவியிலிருந்து உன்னை ஒதுக்கி விட்டார். அதுகூட செய்திருக்கக் கூடாது என்கிறாயா? அதுதான் உன் புகாரா?"

"இல்லை. சங்கதி அப்படி அல்ல. நீ என்னைத் தவறாக நினைத்துக் கொண்டிருக்கிறாய். நான் குற்றம் செய்திருந்தால், அவர் என்னைக் காப்பாற்றினார் என்பதை நன்றியுடன் ஒப்புக்கொண்டிருப்பேன். ஆனால் நான்தான் அந்தப் பிழையைச் செய்யவில்லையே! அதனால், ஏதோ அபராதம் செய்தவனைப் போல், பிசினெஸ் உலகில், எல்லோரும் என்னை ஒரு மாதிரியாகப் பார்ப்பதைக் கண்டு அவமானத்தினால் என் உள்ளம் புழுங்குகிறது. நீரா, நீயாவது எனக்கு உதவி செய்யமாட்டாயா? நீயும், பெரியப்பாவைப் போல் என்னைக் கடுமையாக உதறப் போகிறாயா?"

இதைக் கேட்டதும் நீராவுக்குக் கோபம் வந்து விட்டது. "ஓகோ, என்னையும் தூஷிக்க ஆரம்பித்து விட்டாயா? அப்பா உன்னை இத்தனை தூரம் காப்பாற்றினது கூடத் தவறு!"

"இதோ பார். சங்கதி உனக்கும், சோமு மாமாவிற்கும் தெரியும். சுந்தரிடம் பெரியப்பா விஷயத்தைச் சொல்லாவிட்டாலும், அவர்கள் அதைக் கண்டு பிடித்திருப்பார்கள். நான் குற்றமற்றவனாக இருக்கும்போது, இவர்கள் எல்லோரும் என்னைச் சந்தேகிக்கிறார்கள் என்ற எண்ணத்தை என்னால் தாங்கமுடியவில்லை. அப்படி குற்றம் செய்தவனைப் போல், என்னை அவர் போர்த்தி மூடி..."

"சரியாய்ப் போயிற்று போ. அதுவேறா? நீ பெரியப்பாவிற்கு நன்றி செலுத்தாவிட்டாலும், அவரைக் குறையாவது கூறாமல் இருக்கலாம்."

“நன்றியா? அநியாயமாய் என் மீது பழி ஏற்றியதற்கு நன்றியா?”

“அப்போது நீயும் எல்லோரையும் போல் அவரைப் பழிக்கிறாயா? முதலில் நீ அவரைப்பற்றி புகழ்ந்து பேசியதெல்லாம் கபட நாடகமா?”

“நான் நிரபராதி என்று எத்தனை சொல்லியும் அவர் என்னை நம்பவில்லை.”

“ருசு?”

நீராவின் வார்த்தைகளைக் கேட்டு முரளி மறுபடியும் தயங்கினான்.

இதை நீரா வேறு விதமாக அர்த்தம் பண்ணினாள். “ஓகோ, அடுத்தபடியாக அப்பாவே அதைச் செய்தாரென்று கூடச் சொல்லிவிடுவாயோ...”

அவள் அவனை முறைத்துப் பார்த்தாள். “நீ முதலில் சிரித்துப் பேசி என்னை வழுமூட்டினாய். நான் ஏமாந்து போய்விட்டேன். அன்பின் மேல் ஆணையிட்டுவிட்டு அப்புறம் இப்படியா பேசுவது? அப்பாவைப் பழிப்பவர்களை எனக்குப் பிடிக்காது. மரியாதையாக இவ்விடத்தை விட்டுப் போய்விடு. அப்பா வளர்த்த பிள்ளையா நீ...!”

“நீரா, நீ நினைப்பது தவறு....”

“அப்படியானால் நீ என்னிடமிருந்து எதையோ ஒளிக்கிறாய். அப்பா சங்கதிகளை ஆராயாமல், ஒரு போதும் உன்னை விலக்கியிருக்க மாட்டார். முரளி! நீ பேசாமல் இங்கிருந்து போய்விடு. உன்னிடம் பேச்சுக் கொடுத்ததே பிசகு.”

முரளி பதில் பேசாமல் போக எழுந்தான். அப்போது நீராவின் கடைசி வார்த்தைகளைக் கேட்டுக்கொண்டே அம்மா பலகாரத் தட்டுடன் உள்ளே வந்தாள்.

அவனுக்குப் பின்புறமாகத் திரையை அகற்றியபடி நீலவேணி

எட்டிப் பார்த்தாள். "காப்பி கொண்டு வரட்டுமா?" என்று கேட்டுக் கொண்டு அங்கேயே நின்றாள்.

முரளி ஒன்றுமே சொல்லாமல் கதவண்டை போனான்.

"ஏண்டா, போகிறாயா.... பலகாரங்கூட சாப்பிடவில்லையே!" இது தீனசுவரத்தில் அம்மா. ஆனால் அவன் நிற்கவில்லை. போய்விட்டான்.

அம்மா அப்படியே அயர்ந்தாற்போல் நாற்காலியில் சாய்ந்தாள். கையிலுள்ள தட்டைப் பட்டென்று அருகே இருந்த மேஜை மேல் வைத்தாள். "அம்மாடி நீரா, இதென்னடி இன்று இப்படி ஒரே ஆட்டமாய் இருக்கிறது?"

"நீதானே அம்மா, அவனை இப்படி என்னிடம் வந்து பேசத் தூண்டினாய்?"

"ஆமாம். முரளி, பாவம், தனக்கு அபகீர்த்தி வந்து விட்டதே என்று ரொம்ப ஏங்கினான். உன்னிடம் விட்டுப் பேசலாமே என்று பார்த்துச் சொன்னேன்."

"சுப்பாமணிதான் அகங்காரத்தினால், அப்பாவை என்னவெல்லாமோ சொன்னான் என்றால், முரளியும் அவரை இப்படிக் குற்றம் சாட்டுகிறானே!"

"அவன் அப்படி ஏதாவது சொன்னானா?"

நீரா தயங்கினாள். அம்மா இப்படி நேரில் கேட்டவுடன் அவளுக்குக் கொஞ்சம் தடுமாற்றம் கண்டது.

"இல்லை.... அப்படிச் சொல்லவில்லை... ஆனால் அவன்... பின் யாரைச் சுட்டிக் காட்டுகிறான்?"

"நீயாகவா அவன் அப்பாவைப் பழிப்பதாகக் கற்பனை செய்து கொண்டாய்?"

நீரா அம்மா சொன்னதைக் கவனிக்கவில்லை. அவள் எண்ணங்கள் வேறு திக்கில் பாய்ந்து சென்றன. ஆழ்ந்த சிந்தனை

ரேகை ஒன்று அவள் முகத்தில் நிழல் காட்டியது.

"அம்மா, சற்று முன் சொன்னாயே, அப்பாவிற்கு ஒரு சமயம் ஷேர் மார்க்கெட்டில் நஷ்டமுண்டாயிற்று என்று, அது எப்போது நடந்தது நினைவிருக்கிறதா?"

"அதுதான் சொன்னேனே. சரியாக ஞாபகமில்லை. ஆனால் அது ஒரு செப்டம்பர் மாதம்; முரளியின் பிறந்த நாள் சமயம்; அது மாத்திரம் நன்றாக நினைவிருக்கிறது."

நீராவின் முகத்தில் கவலை தோய்ந்து விட்டது.

அம்மா அதைக் கவனிக்கவில்லை. அவள் மேலே பேசி, "இதோ பார், நீரா! நான் சொல்லுவதைக் கேள். சுந்தர் ஆட்சேபிக்க மாட்டான். அவன் நம் வீட்டில் வளர்ந்த பிள்ளை; சோமு மாமாவும் ஒரு விதத் தடங்கலும் செய்ய மாட்டார். சுந்தர் தகப்பனார் மீனாட்சி சுந்தருக்கு வயதாய்விட்டது. அவர் சத்துருக்னபுரி ஆபீஸோடு இருக்கிறார். இங்கே வருவதே இல்லை. அவரிடம் சொல்லக்கூட வேண்டாம். பேசாமல் நீங்கள் மூன்று பேருமாகச் சேர்ந்து பழைய கம்பெனிப் புத்தகங்களை எடுத்துப் பரிசோதனை போடுங்கள். ஒரு வேளை முரளி சொல்லுவது போல்..."

"முடியாது முடியாது.... அம்மா, வீணாக என்னைத் தொந்தரவு செய்யாதே" நீரா கண்டிப்புடன் பேசினாள்.

அம்மாவிற்கு இதைக் கண்டதும் ஆச்சரியமாக இருந்தது. நீராவின் மனம் எங்கே பாய்கிறது என்று அம்மா எப்படி அறிவாள்? தன் உள்ளத்தில் நெளியும் அந்தச் சந்தேகப் புழுவை ஆராய்ந்து பார்க்க விருப்பமில்லாமல்தான் அவள் இப்படிச் சொல்லுகிறாள் என்று அம்மா எவ்விதம் உணர முடியும்? விசாரணையைத் தொடங்கி, புஸ் என்று என்ன வெளிக் கிளம்புமோ என்று அவள் பயப்படுவதை அம்மா கண்டாளா?

நீராவின் முகத்தில் படர்ந்த நிழலைக் கவனிக்காமல் கமலாம்பாள் பேசிக்கொண்டே போனாள். நீரா பதில்

பேசாமல் கேட்டுக் கொண்டிருந்தாள். கடைசியில், அந்த மௌனம், அம்மாவைக் கூடப் பாதித்து விட்டது. அவள் நிமிர்ந்து பெண்ணின் முகத்தைப் பார்த்தாள், அப்போதுதான் அது வெளித்துச் சுண்டியிருப்பதைக் கவனித்தாள்.

உடனே, "என்ன நீரா, உனக்கு ஆயாசமாய் இருக்கிறதா? இவர்கள் எல்லோருமாகச் சேர்ந்து உன்னைத் தொந்தரவு செய்துவிட்டார்களா? ஏன் ஒரு மாதிரியாக இருக்கிறாய்?" என்று பரிவுடன் கேட்டாள்.

அதற்கும் நீரா பதில் சொல்லவில்லை.

"இதோ, இப்படி வா. பேசாமல் இந்த நாற்காலியில் சாய்ந்துகொள். நான் போய் ஜில்லென்று ஒரு டம்ளர் பழரசம் பிழிந்து கொண்டு வருகிறேன்" அம்மா பரபரப்புடன் உள்ளே போய்விட்டாள்.

அம்மாவின் உபாயங்களை நீரா அறிவாள். அவள் பழரசத்திற்காகக் காத்துக் கொண்டிருக்கவில்லை. சட்டென்று தோல்பையை கையில் எடுத்தபடி, விறுவிறுவென்று வாசலைப் பார்க்க நடந்தாள். படியைத் தாண்டியதும் கதவைத் தனக்குப் பின்னால் அழுத்திச் சாத்திவிட்டு, பரபரவென்று வெளியே போனாள்.

அப்பப்பா - என்ன சுகமான காற்று. அவள் கடற்கரையோரமாகப் போனாள். பிரமாண்டமான கடல். பொருமும் அதன் இதயத்தை நோக்கும்போது அவள் உள்ளத்தில் விவரிக்க முடியாத கட்டவிழ்ந்த ஒரு உணர்ச்சி எழும்பிற்று. அப்பா அவளை எத்தனையோ முறை அந்தக் கடலில் நீந்த அழைத்துக் கொண்டு போயிருக்கிறார்! கரையில் இருந்து வெகு தூரம் சென்ற பின்பு, அவர்கள் நீரில் சௌக்கியமாய்ப் படுத்தபடி மிதந்து செல்லுவார்கள். அப்போது நீராவிற்கு உண்டான அந்த ஆனந்தத்தைப் எப்படி விவரிப்பது? வானொளியைப் பார்த்தபடி அவள் கனவுகள் காணுவாள். அவ்வித சமயங்களில் மூன்றே, மூன்று விஷயங்களே, பிரபஞ்சத்தில் இன்ப வடிவுகள்

கொண்டிருப்பதாக அவளுக்குத் தோன்றும். அதாவது ஒளி, வெளி, நீர். அப்போது அவள் அனுபவித்த, அவ்விதமான தூய்மையான சுக போகத்தை, இனிமேல் நுகர இயலாது என்று நினைத்தபடியே நீரா நடந்து கொண்டிருந்தாள். ஆமாம். அந்த சுதந்திரமான உவகைக்குப் பதிலாக இன்று இந்த கட்டுண்ட ஒடுக்கம்! நீரா பெருமூச்செறிந்தாள்.

அந்தி வெயிலின் செவ்வொளி மறையும் தருணம் கடல் சாலைக்குள் பாயாவண்ணம், அலைகளைத் தடுக்கக் கட்டியிருந்த சுவரின் ஓரமாக நீரா நடந்து போனாள். ஆனால் இயற்கையின் வேகம்தான் என்ன! அலறி அலறி வந்து சுவர்களைப் பெயர்க்கும் அளவில் அலைகள் அங்கே மோதி அறைந்து கொண்டன. உப்பு நீர் நீரா முகத்தில் சிதறிச் சூள் கொட்டிற்று. அம்போது சமுத்திரத்தின் பொங்கும் மார்பில் சூரியன் பிரியமாகப் புகுந்து, அதை ஆத்திரத்துடன் தழுவிக் கொண்டான். சமுத்திர தேவியும் அவனை இறுகப்பிடித்து அணைத்தபடி, ஆவலுடன் விழுங்கத் தொடங்கினாள்.

சிறிது நேரத்திற்கெல்லாம் நீரா கடலை விட்டுப் பிரிந்து குறுக்கே திரும்பி யுதாஜித் மலைப் பக்கமாகப் போனாள். அந்தக் குன்றின் சரிவுகளில் ஒழுங்கான தோட்டம் அமைத்தாற்போல் அணியாக மரஞ் செடி கொடிகள் படர்ந்திருக்கும். அவள் இளம் பெண்ணாக இருக்கும்போது மாலை வேளைகளில், தோழிகளுடன் அவ்வழியாகச் சென்று குன்றின் மீது ஏறுவது வழக்கம். அவர்கள் பேசிக்கொண்டே போகும் பொழுது, பச்சிலைகளும் குரோடன்சுகளும் அவர்களுடைய ரகசியங்களில் கலந்து கொள்ளும். எத்தனை விதமான குரோடன்சுகள்! நீராவின் கண்கள் மலைச்சரிவை ஊடுருவிப்பார்த்தன. நீர்வேம்பு, தெங்கு, கமுகு வகைகள்தான் அங்கே எத்தனை விதம் இருந்தன ! தழைத்து இருந்த குரோடன்சு இலைகள் பலவித நிற பாவங்களுடன் புன்னகை ஒளி வீசின. அதைக் கண்டு பழைய நினைவுகளால் நெகிழ்ந்துவிட்ட நீராவின் உள்ளம் குழைந்தது.

குன்றின் மீது ஏறினதும் அவள் ரொம்பவும் விரும்பும் அந்த முடுக்கை அடைந்தாள். பழைய சித்திரமொன்று மறுபடியும் அவள் கண்களைக் கவ்விக்கொண்டது. ஆனால் அவளுக்கு என்னவோ அதை அன்றைக்குத்தான் முதல் முதல் காண்பது போல் ஒரு உவப்பு உண்டாயிற்று. எத்தனை தரம் பார்த்தாலும் அலுக்காத காட்சி அது. கீழே பரதபுரி மலைச்சரிவு, சிவன் கோவிலின் கோபுரம்... அழகான மகிழம்பூ மரங்கள்; தொலைவில் வளைந்து கொடுக்கும் மணல் திட்டும், ஓடிவந்து அதை ஆவலுடன் தழுவும் சமுத்திரமும். அப்போது இருட்டும் சமயம். கொஞ்ச நேரத்தில் மின்சார ஜோதி அந்த சமுத்திரக் கரையை ஹாரம் போல் வளைத்துப் பிரகாசிக்கச் செய்யும். நீராவின் முகம் மலர்ந்தது. பழைய இன்ப வெள்ளம் அவள் உள்ளத்தில் பெருக்கிட்டு அலை மோதியது. பிறகு சட்டென்று யாரோ அவள் உதிரத்தை உறிஞ்சிவிட்டாப் போல், முகம் வெளுத்தது. இங்கே எங்கே வந்தாள்! பழைய நினைவுகளை நினைத்தா.... சீ... இனிமேல் அந்தக் குதி... அந்தக் கவலையற்ற சிரிப்பு.... அந்த உல்லாசம் அவளுக்கு எப்படி மறுபடியும் உண்டாக முடியும்?

எப்படி? ஆமாம். அவன் அவளைக் காணும் போதெல்லாம் அவள் உள்ளத்தில் மறுபடியும் தூய பூரிப்பு பொங்கி எழுவதை அவள் உணர்ந்திருக்கிறாள். ஆம். அவன் ஒருவனுக்கே ஆனந்தத்தை தன்னிடமிருந்து அவளிடம் தாவச் செய்யும் ஒரு மிதமிஞ்சிய சக்தி இருந்தது. தொலைவில் தெரிந்த திரைக்கடலில் அவள் அவன் முகத்தைக் கண்டாள். உடனே நாணமுற்று சட்டென்று தன் மனத்தை அடக்கிக் கொண்டாள்.

ஆம், அவள் இங்கே எதற்காக வந்தாள்? வேறு திக்கில் அல்லவா அவளுக்காக காரியம் காத்துக் கிடந்தது. அங்கே அல்லவா சோமு மாமாவை ஆறு மணிக்கு மேல் சந்திப்பதாக அவள் சொல்லி இருந்தாள்? இங்கே எப்படி வந்தாள்? நீரா ஒரு வாடகை வண்டியை அமர்த்திக் கொண்டு வந்த வழியே திரும்பிப் போனாள்.

★★★

2. ஒரு யுகம்

பரதபுரியின் உயிர் நிலை என்று சொல்ல வேண்டிய அந்த முக்கியமான இடத்திற்கு நீரா போய்ச் சேரும்போது மணி ஆறுக்கு மேல் ஆகி விட்டது. டாக்ஸியை விட்டுக் கீழே இறங்கி மறுபடியும் நடக்க ஆரம்பித்தாள் அவள். வண்டிகளும் பஸ்களும் நடுநாயகத்தைச் சுற்றி நெருக்கமாய் போய்க் கொண்டிருந்தன. ஜனத்திரள் சாலையில் அணியாக அருவி பாய்ந்து கொண்டிருந்தது. அந்தக் கூட்டத்தில் உள்ள ஒவ்வொருவரும், தொலைவில் இருந்த தம் வீட்டை எண்ணி, அவசர அவசரமாகப் போய்க் கொண்டிருந்தார்கள். இதற்கு எதிராக, காரியாலயங்களை எட்ட நினைத்து வந்து கொண்டிருந்த நீரா, கும்பலில் சிக்கிக்கொண்டு அவதிப்பட்டாள். கூட்டத்தினால் புழுக்கம் அதிகமாயிற்று. வெக்கையினால் தளர்ச்சி பெற்று நீராவின் தேகம் துவண்டது. கடைசியாக அவள் பிரமாண்டமான அந்த நடு நிலையத்தை அடைந்தாள். அங்கேதான் நகரத்தின் முக்கியமான இதய நாடி ஓய்வில்லாமல் துள்ளிற்று. வியாபாரம், ஏற்றுமதி இறக்குமதி, கொடுக்கல், வாங்கல் பாங்கு விவகாரங்கள் என்று நடத்தி வந்த பல தொழில் நிறுவனங்கள் அங்கேதான் இருந்தன. கட்டிடங்கள் வானோங்கி வளர்ந்திருந்தன.

இந்த விரிவான சாலையைக் கடந்து நீரா ஒரு சின்னச் சந்தில் புகுந்தாள். அத்தனை பரபரப்பும் உயிர்த் துடிப்பும் இத்தனை அருகிலா இருக்கிறது என்று ஆச்சரியப்படும்படி அங்கே சென்றதும் ஒரு அமிழ்ந்த நிசப்தம் அவளை வரவேற்றது. தொலைவில், பிரதான நடு நிலையத்தில் உண்டாகும் இரைச்சல் அங்கே அமுக்கலாகத்தான் கேட்டது. அது ஒரு குறுகிய சந்து. அங்கே போக ஒரு வழிதான் உண்டு. மற்றொரு புறமாக போக முடியாமல் அதைத் தடுத்து ஒரு பெரிய கட்டிடம் எழும்பி நின்றது.

அந்தச் சந்தில், ஒரு சிறிய மாடிக்கட்டிடம் இருந்தது. அதுதான் அவர்கள் கம்பெனி அலுவலகத்தின் இருப்பிடம். நீரா சாம்பல் பூத்த அந்தக் கட்டிடத்தின் சுவர்களை உற்று நோக்கினாள், பழைய சுண்ணாம்புப் பூச்சு பாம்புச் சட்டை போல் உரிந்து உதிர்ந்து கொண்டிருந்தது. எத்தனை பழைய கட்டிடம்! அப்பாவிற்கு மிகவும் பிடித்த இடம் அது. மற்ற டைரக்டர்களுக்கு புதிய இடத்திற்குப் போக ஆசை இருந்திருக்கலாம். ஆனால் அப்பாவோ பிடிவாதமாய், தான் முதன் முதல் தொழில் தொடங்கிய அந்தக் குறுகிய சந்திலேயே இருந்து விட்டார்.

செங்குத்தான அந்த மாடிப்படிகளை நீரா சிரமத்துடன் ஏறிக்கடந்தாள். அப்பா எப்படித்தான் அதில் தினம் ஏறிக்கொண்டு இருந்தாரோ? குழந்தை வயதில் அவள் அதை எத்தனையோ தரம் கடந்திருக்கிறாள். தினம் சாயங்கால சமயத்தில், அப்பாவை ஆபீஸிலிருந்து கூட்டிவர, அவர்கள் காரில் போவதுண்டு. திரும்பி வரும்போது ஏதாவது தின்பண்டங்கள் கிடைக்கலாமென்ற நம்பிக்கையில்தான் அப்படிப் போவார்கள். ஒவ்வொரு சமயம் வெகு நேரம் காரில் காத்து அலுத்துவிட்டால், அவள் படியேறி இங்கே உள்ளே வருவதுண்டு.

மாடி ஏறின களைப்பாற நீரா சற்று நின்று நிதானித்தாள். பிறகு உள்ளே நுழைந்தாள். வெளி அறையில் எப்போதும் போல் வரிசையாக குமாஸ்தாக்கள், மேஜைகள், டைப்ரைட்டர்கள்.... ஒரு குமாஸ்தா எழுந்து வந்து அவளை வரவேற்றான். நீரா

எல்லோருக்கும் பொதுவாக ஒரு கும்பிடு போட்டுவிட்டு, உள் அறைக்குள் புகுந்தாள்.

அதே அறை... அப்பாவின் அறை. சுவரில் கூட அதே படம் - ஒரு வைத்தியனும் தாயுமாக நோயாய்க் கிடக்கும் ஒரு குழந்தையை உயிர்ப்பிக்க பயங்கரமான உறுதியுடன் போராடுகிறார்கள், என்ன காரணத்தினாலோ அந்தப் படம் அப்பாவின் மனத்தைக் கவர்ந்தது. அப்பா கலையுள்ளம் படைத்தவரா? அவருக்குக் கலை என்றாலே இன்னது என்று தெரியாதே! கலையை அறிந்து கொள்ள அவர் ஒருவித தேர்ச்சியும் பெற்றது கிடையாதே! இருந்தும் அவரிடம் ஒரு நுட்பமான பாவம் இருந்திருக்க வேண்டும். ஒருவேளை தன்னையும் அறியாமல் அப்பா கலையை ரசித்தாரோ? இருக்கலாம். ஏன் இருக்கக் கூடாது? அப்பா வாழ்க்கையை நேருக்கு நேர் பார்த்து உண்மையை அறியக் கூசாதவர். கற்பனாசக்தி படைத்த கலைஞனும் அவ்விதம்தான் எல்லாவற்றையும் பார்க்கிறான். உண்மையை வெளி உலகத்திற்கு எடுத்துக் காட்டவேண்டுமென்ற துடிப்பு அவனுக்கு அதனால்தான் உண்டாகிறது. ஒருவேளை தன்னுடைய நேரான நோக்கினால் அப்பா கலைஞனின் அந்தரங்கத் தோற்றத்தைப் புரிந்து கொண்டாரோ? ஆமாம். அவர் தன்னையும் அறியாமல் கலையின் கருத்தைப் புரிந்துகொண்டிருக்க வேண்டும்.

அப்பா நுண்ணறிவு பெற்ற ஒரு கலைஞனாக இருந்திருக்கலாம். காவியங்களோ சித்திரங்களோ இயற்றியிருக்கலாம். சத்தியத்தின் பேரில் அவருக்கு அப்படி ஒரு அடங்கா ஆர்வம். நேர்மையில் அவருக்கு அப்படி ஒரு தீரா விருப்பம் ஆனால் அவர் கலைப்படைப்பில் தன் திறனைக் காட்டவில்லை. அதற்குப் பதிலாக பணம் திரட்டும் இந்த பிசினஸ் உலகில் ஆழ்ந்து, அதிலேயே முழுகிவிட்டார்.

“என்ன நீரா எங்கேயோ பார்த்துக் கொண்டு அப்படியே ஸ்தம்பித்து நிற்கிறாய்? என்ன விசேஷம்?” சோமு மாமாவின் குரலைக் கேட்டவுடன் அவளுடைய நினைவு அலைகள் கலைந்தன.

அப்பாவின் நாற்காலியிலிருந்து எழுந்து வந்து அவர் அவளை வரவேற்றார். "என்னம்மா, என்னமோ போலிருக்கிறாய்?"

"ஒன்றுமில்லை, இந்த இடம், இந்தப் படம், இந்த நாற்காலி... எல்லாமாகச் சேர்ந்து அப்பாவை நினைவுறுத்திவிட்டன." அவள் குரல் கம்மியது.

சோமு மாமாவின் கண்களில் அன்பு கனிந்தது. "அதுதான் நான் இருக்கிறேனே அம்மா - உனக்கு என்ன வேண்டுமோ கேள். செய்யக் காத்துக் கொண்டு இருக்கிறேன். உனக்கு உதவாமல் நான் எதற்காக வாழ வேண்டும்?"

நீராவிற்கு தொண்டை அடைத்துக் கொண்டது. அந்த நாற்காலியில் இருந்து எழுந்து அவ்வார்த்தைகளைச் சொன்னது சோமு மாமாவா - அப்பாவா?

சோமு மாமாவின் முகம் அவளைக் கண்டதும் மகிழ்ச்சியால் மலர்ந்தது. அவர் மறுபடியும் நாற்காலியில் அமர்ந்து கொண்டார். அவருடைய உருண்டை தொந்தி எதிரேயுள்ள மேஜை விளிம்பில் உராய்ந்தது. அவர் கறுப்பாகவும், கட்டையாகவும் இருப்பார். கண்கள் மாத்திரம் பெரிதாக கொட்டைப்பாக்குகளைப் போல் உருண்டு உருண்டு விழிக்கும். என்ன அன்பு! சோமு மாமாவிற்குத்தான் அப்பாவிடம் என்ன விசுவாசம்! எத்தனை நன்றி ! அதுதான் முரளி கம்பெனியை விட்டுப் போன பிறகு அப்பா அவரை டைரக்டராகப் போட்டார் போலும். அதுவரையில் அவர் அப்பாவின் முதன்மை குமாஸ்தாவாகத்தான் இருந்தார். அப்பாதான் அவருடைய நேர்மையையும் அன்பையும் கண்டு, அவரை இப்படி உயர்த்தியிருக்க வேண்டும்.

"என்ன சங்கதி ? ஏதாவது விசேஷமுண்டா?" என்று சோமு மாமா கேட்டார்.

"ஊர்மிளா நகரில் ஸ்ரீவித்யாவின் சொத்தைக் கொண்டு ஒரு வீட்டைக் கட்டினோம் அல்லவா? அதற்காகப் பணம் வாங்க, பாங்கில் சில ஷேர்களை அடகு வைத்தோமே ! இப்போது

எதற்காக அந்தக் கடன் மேல் வட்டி கொடுக்க வேண்டும்? ஷேர்களை விற்றுக் கடனைத் திருப்பிவிட்டால் என்ன என்று தோன்றுகிறது.”

“செய்யலாம். உன் தகப்பனார் எழுதி வைத்திருக்கும் உயில்படி ஸ்ரீவித்யாவின் சொத்திற்கு நாம் இருவரும் பொறுப்பாளிகள். அந்த உரிமையில் ஷேர்களை விற்கலாம். ஆனால் உனக்கு நினைவில்லையா? அப்போது ஷேர்கள் விலை இறங்கி இருக்கிறது என்றுதானே அவற்றை விற்காமல் இப்படி யோசனை செய்தோம்?”

“அப்படியானால் ராமநாதபுரம் நிலத்தைக் கொடுத்து விடலாமா?”

“அதுவும் முடியாது. அதைப்பற்றிய வழக்கு இன்னும் தீரவில்லை.”

“பின் எப்படிச் செய்தால் கடனை அடைக்கலாம்?”

“இதோ பார் நீரா. கடனுக்காக வட்டி வீணாகப் போகிறதே என்று நீ கவலைப்படாதே; இதோ கணக்குகளைப் பார், எல்லாம் ரொம்ப சௌகரியமாகத்தான் நடந்து கொண்டு வருகின்றன.”

“கணக்கை எதற்கு மாமா பார்க்க வேண்டும்? நீங்கள் சொன்னால் போதாதா? உங்கள் பேரில்தான் எனக்குப் பரிபூர்ண நம்பிக்கை ஆயிற்றே.”

“இருந்தாலும் பாரேன், நாம் இருவருமாகச் சேர்ந்துதானே ஸ்ரீவித்யாவின் சொத்தைப் பார்த்துக் கொள்ளும் பொறுப்பை ஏற்றுக்கொண்டிருக்கிறோம்?”

அவர் ஒரு பெரிய புத்தகத்தை எடுத்தார். அதில் முத்து முத்தாக, வரிசை வரிசையாக, கணக்குகள் அழகான கையெழுத்தில் எழுதப்பட்டிருந்தன.

“பார்த்தாயா? இதோ விவரங்கள். இது வரும்படிக் கணக்கு. இதில் பாங்குக் கடனுக்காக கொஞ்சம் வட்டிப் பணம்

போனாலும் நஷ்டமில்லை என்று தெரிகிறது அல்லவா? மேலும் எதிர்காலத்தில் ஷேர் விலை உயர்ந்தால் லாபம் வேறு வரும். அப்படியிருக்க ஏன் கவலைப்படுகிறாய்? இதோ, இந்தத் தாளைப் பார்த்தாயா? இதில்தான் ஸ்ரீவித்யாவிற்கு மாதம்தோறும் செலவிற்காக அனுப்பும் கணக்கு விவரங்கள் இருக்கின்றன. நீரா, நான் ரொம்ப ஜாக்கிரதையாக எல்லாவற்றையும் கவனித்து வருகிறேன். கவலைப்படாதே."

"எனக்குத் தெரியாதா மாமா? நீங்கள் சரியாக கவனிக்காமல் இருப்பீர்களா? அதற்கில்லை. வீணாக வட்டிப்பணம் கொடுப்பானேன் என்று கேட்டேன். அவ்வளவுதான்."

"வேண்டுமானால் ஷேர்களை விற்கலாம். ஷேர் விலை இப்போது எப்படி இருக்கிறதென்று சுப்பாமணியை விசாரிக்கிறேன்..."

"சுப்பாமணியையா!" நீரா ஆச்சரியத்துடன் கேட்டாள்.

"ஆமாம், அவன் இந்த புரோக்கர் பிசினஸ் தொடங்கினதிலிருந்து நன்றாக முன்னுக்கு வந்து விட்டான். போனது போகட்டும். ஏதோ அசட்டுத்தனமாய் இருந்தான்! உன் தகப்பனார் அப்போது கோபித்துக் கொண்டார். இப்போது அவன் திருந்தி முன்னுக்கு வந்துவிட்டான். நான் கூட என் நண்பர்கள் சிலரை அவனிடம் பிசினஸ் செய்ய அனுப்பித்தேன். இந்த உலகத்தில், முக்கால்வாசிப்பேர்கள் இப்படித்தான் புளிப்பும் தித்திப்புமாகக் கலந்திருப்பதுபோல் தென்படுவார்கள். நாம் அவர்களிடமிருந்து அதிகமாய் நேர்மையை எதிர்பார்க்கக் கூடாது. பிழைகளையும் பொறுத்துக் கொண்டு போக வேண்டும். ஆனால் ஒருவேளை.... நீயும் உன் தகப்பனாரைப்போல் ஒரு லட்சியவாதியோ?"

இதைக் கேட்டவுடன் நீரா குழம்பினாள். அவள் குறையில்லாதவளாக இருக்க ஆசைப்படுவதை அவர் சுட்டிக் காட்டுகிறாரோ? அல்லது அவருக்கு ஏற்பட்டுள்ள அந்தப் புதிய நட்பை பட்சாபாதமில்லாமல் பார்க்க வேண்டுமென்று வற்புறுத்துகிறாரா?

"மாமா, உங்கள் குணம் பெருந்தன்மை வாய்ந்தது. நீங்கள் எல்லோரையும் கருணைக் கண்களுடன் பார்ப்பீர்கள். பிறர் பிழைகளைப் பொறுப்பீர்கள். ஆனால் சுப்பாமணி அவ்வித கருணைக்குப் பாத்திரமாக அருகதை உடையவனா?"

"ஏன்? அவன் உன்னிடம் ஏதாவது தவறாக் நடந்து கொண்டானா?"

நீராவிற்குச் சங்கடமாய் போய்விட்டது. சுப்பாமணி அவளைப் பார்க்க வந்ததையும், தன் பிரதாபங்களைப் பற்றிப் பிதற்றிக் கொண்டதையும் சோமு மாமாவிடம் சொல்ல வெட்கமாயிருந்தது அவளுக்கு. முரளி வந்து போனதைப் பற்றிப் பிரஸ்தாபிக்கவும் சங்கோசமாக இருந்தது. இருந்தாலும் விஷயத்தைத் தெரிந்துகொள்ள வேண்டுமென்ற ஆவல் அவளைத் தூண்டியது.

அவள் தயக்கத்துடனேயே பேசவாரம்பித்தாள். "சோமு மாமா, ஒன்று செய்வீர்களா?"

"என்னம்மா வேண்டும்? நான்தான் சொல்லிவிட்டேனே! நீ என்ன கேட்டாலும், நான் செய்யக் காத்துக்கொண்டு இருக்கிறேன் என்று."

"என்ன காரணத்தினால் அப்பா முரளியை இப்படி ஒதுக்கினார். செக்கில் பொய்க் கையெழுத்துப் போட்டது அவன் தான் என்று எப்படி ருசுவாயிற்று? விவரம் சொல்ல முடியுமா!"

இதைக் கேட்டதும் சோமு மாமா சற்று நேரம் மௌனமாக சிந்தனையில் ஆழ்ந்துவிட்டார்.

நீராவின் சங்கோசம் அதிகரித்தது. "பழங்கதைகளைக் கிளப்பிவிட்டு உங்களை அனாவசியமாகத் தொந்தரவு செய்கிறேனா? அப்பாவின் கொள்கைகளைத்தான் நீங்கள் நன்றாக அறிவீர்களே! அவர் ஆபீஸ் விஷயங்களைப் பற்றி வீட்டில் பேசமாட்டார். அதனால் எனக்கும் அம்மாவிற்கும் என்ன நடந்தது என்று பூராவும் தெரியாது."

“அதற்கென்ன அம்மா... எனக்குத் தெரிந்த வரையில் சொல்லுகிறேன் கேள். விஷயம் என்னமோ ரொம்ப சாதாரணமானது. நம்முடைய கம்பெனி பிசினெஸ் என்னவென்பதுதான் உனக்குத் தெரியுமே. ஏற்றுமதி, இறக்குமதி விஷயங்களில் கொடுக்கல் வாங்கல் அதிகம். சில சில சமயங்களில் ஏராளமான பணம் - நம்மைச் சேராத பணம் - வந்து போவது சகஜம். அதுவும் மாதத் துவக்கத்தில், சரக்குகளுக்காக, வாடிக்கைக்காரர்கள் முன்னதாகவே பணம் அனுப்பி விடுவார்கள். இங்கேயோ விலைகளை எல்லாம் கணக்குப் போட்டுப் பணத்தை அங்கங்கே சேர வேண்டியவர்களுக்குப் பிரித்துக் கொடுக்க, மாதம் பிறந்து பத்துத் தேதி ஆகிவிடும். அதனால் ஒவ்வொரு மாதமும் சில நாட்களுக்கு நம்மைச் சேராத பணம், ஏராளமாக நம்மிடம் குவிந்திருக்கும். அப்படி ஒரு சந்தர்ப்பத்தில்தான் முரளி அப்பாவின் கையொப்பத்தைப் போட்டு அந்த செக்கை எழுதி பணம் வாங்கி விட்டான்.”

“அது எப்படி முடிந்தது? கம்பெனி செக்குகளில் இரண்டு பேர்கள் கையெழுத்துப் போட வேண்டாம்?”

“அப்பா இருக்கும்போது, கம்பெனி முறைப்படி அவருக்கு மாத்திரம் தனிக் கையெழுத்துப் போட்டுக்கொள்ள அதிகாரம் இருந்தது. அதனால் அவர் கையெழுத்தைப் போட்டுவிட்டால், சௌகரியமாக வேறு ஒருவரிடமும் செக்கைக் காட்டாமல் காரியத்தை முடித்து விடலாமென்று அவன் யோசித்திருப்பான்.”

“அப்பப்பா! எத்தனை பெரிய மோசடி!”

“ஆமாம். உன் தகப்பனார் முரளியை சந்தேகித்தார். இந்தச் சம்பவம் நேரும்போது நான் கம்பெனியில் சேரவில்லை. அப்போது நான் உன் தகப்பனாரின் முதன்மை குமாஸ்தாவாகத்தான் இருந்தேன். உன் தகப்பனார், முரளி, மீனாட்சிசுந்தர், அவர் பிள்ளை கல்யாணசுந்தர், இவர்கள்தான் டைரக்டர்களாக இருந்தார்கள். அதனால் உன் தகப்பனார் எதற்காக முரளியைச் சந்தேகித்தார் என்பது எனக்குச் சரியாகத் தெரிய வழியில்லை.

இருந்தாலும் நான் அறிந்ததைச் சொன்னேன்."

"விஷயத்தை அப்பா எப்படிக் கண்டுபிடித்தார்?"

"மாதத் துவக்கத்தில் பணம் இப்படி இறைந்து கிடக்கும்போது தன் செய்கையை யாரும் கவனிக்க மாட்டார்கள் என்று முரளி நினைத்திருப்பான். ஆனால் உன் தகப்பனார் மிக ஜாக்கிரதையாக இருக்கப்பட்டவர்.

ரொம்ப நாட்கள் கழித்து... ஒரு ஆறு மாதகாலம் இருக்கலாம், உன் தகப்பனார் கம்பெனிப் புத்தகங்களை ஒரு தடவை பார்வையிடும்போது, ஒரு மாதத்தில், அதாவது செப்டம்பர் நான்காம் தேதி அன்று, சரக்குகளுக்கு வரிப்பணம் கட்ட மொத்தமாக இருபதாயிரம் ரூபாய்கள் கம்பெனி கணக்கிலிருந்து எடுத்திருப்பதாகத் தெரிந்தது. உன் தகப்பனாருக்கு ஞாபகசக்தி அதிகம். குறிப்பிட்டிருந்த அதே சரக்குகளுக்கு ஆகஸ்டு மாதத்திலேயே வரிக் கட்டிவிட்டதாக அவருக்கு நினைவு. உடனே தாள்களைப் புரட்டிப் பார்த்தார். அவர் நினைத்தபடி ஆகஸ்டு மாதக்கணக்கில் வரிகள் கட்டின குறிப்புகள் அடங்கியிருந்தன. அவர் கம்பெனி பாங்கான, 'பரதபுரி பாங்கிங் லிமிடெட்'டுக்கு எழுதி அந்தப் பழைய செக்கைத் தருவித்துப் பார்த்தார். அதில் தன் கையெழுத்தைக் காணவே திடுக்கிட்டார். அவர் அந்தச் செக்கை எழுதவுமில்லை; பணம் வாங்கவுமில்லை. பின் அது யாராக இருக்கக்கூடும்? மீனாட்சிசுந்தர், அப்போது சத்துருக்னபுரி கிளையில் இருந்தார்; அவர் இங்கே அடிக்கடி வருவது வழக்கமில்லை. மேலும் அந்தச் செக் சம்பவம் நடந்த சமயத் தில், அவர் கால் எலும்பு ஒடிந்து ஆஸ்பத்திரியில் கிடந்தார். அவர் மகன் கல்யாணசுந்தர் அந்தச் சமயத்தில் ஏதோ சரக்கு சம்பந்தமாக ஒரு ஒப்பந்தம் செய்யச் சீமைக்குப் போயிருந்தான். அதனால் இந்த மோசடியை முரளிதான் செய்திருக்க வேண்டுமென்ற முடிவிற்கு வர நேரிட்டது. முரளி, தான் அந்த அபவாதத்தைச் செய்யவில்லை என்று ரொம்ப மன்றாடினான். ஆனால் தீர்மானமாக அதை ருசுப்படுத்த அவனால் முடியவில்லை. ஆறு மாதத்திற்குப் பிறகு அந்தக்

செக்கைக் கொண்டு வந்தவன் யார்? எப்போது வந்தான்? எப்படி இருப்பான்? என்பதைப் போன்ற விவரங்களை, பரதபுரி பாங்கின் கவுன்டர் குமாஸ்தாக்கள் ஒருவருக்கும் சொல்லத் தெரியவில்லை. அதனால் செக் கைமாறின விஷயத்தைப் பற்றி ஒரு தகவலும், வெளிவர வழியில்லாமல் போய்விட்டது. உன் தகப்பனார் முரளியைக் கூப்பிட்டுத் தனியாக வைத்துக்கொண்டு பேசிப் பார்த்தார். அவர்களுக்குள் என்ன நடந்ததோ தெரியாது... ஆனால் அதன் விளைவாக முரளி குற்றவாளி என்று ஒதுக்கப்பட்டது என்னமோ நிஜம்."

"பிறகு, கம்பெனி நஷ்டப்படக் கூடாது என்று உன் தகப்பனார் தன் சொந்தப் பணத்தைக் கொண்டு பொதுக்கணக்கை சீர்திருத்தினார். அப்புறம் முரளி என்ன கெஞ்சியும் சந்தேகம் வந்துவிட்டதால், அவனை அவ்விடத்திலிருந்து ஒதுக்கி, வேறு இடத்தில் வேலை பார்த்துக் கொடுத்து அனுப்பிவிட்டார். சுந்தர்கள் இருவரிடமும் உன் தகப்பனார் விவரங்களைச் சொல்லவில்லையென்றுதான் நினைக்கிறேன். ஆனால் கல்யாணசுந்தருக்கு மாத்திரம் சந்தேகம் வந்திருக்குமென்று தோன்றுகிறது."

"முரளியிடம் இப்படிச் சந்தேகம் கொண்டதற்கு அப்பா காரணம் ஒன்றுமே கொடுக்கவில்லையா?"

"அவர் முதல் நாளிலிருந்தே அது விஷயத்தை ஒருவரிடமும் எடுத்துப் பேசுவதாக இல்லை. மேலும், இப்பேர்ப்பட்ட விஷயங்கள் கம்பெனி டைரக்டர்களைச் சேரும் அந்தரங்க சங்கதிகள். என்னிடம் அதைச் சொல்லுவாரா? ஒன்று இரண்டு காரணங்கள் மாத்திரம் எல்லோர் கண்களுக்கும் தென்படக் கூடியவை. ஒன்று, கம்பெனிக் கணக்கில் எந்தச் சமயத்தில் தாராளமாக பணம் இருக்கக் கூடுமென்ற விவரம் டைரக்டர்களுக்கு மாத்திரம்தான் தெரியமுடியும். இரண்டு, வரிகள் கட்ட வேண்டிய விஷயங்களை எல்லாம் முரளிதான் கவனித்து வந்தான். இக்காரணங்களை வைத்துக் கொண்டு, உன் தகப்பனார் முரளிதான் வஞ்சனை செய்து விட்டான்

என்று தீர்மானித்திருப்பார், வேறு ஒன்றும் எனக்குச் சொல்லத் தெரியவில்லை."

"பாவம். முரளி மனமுடைந்து போய்விட்டான்."

"அதுதான் உன் தகப்பனார் மிகப் பத்திரமாக அவன் பெயருக்கு ஒரு இழிவும் வராமல் பார்த்துக் கொண்டாரே!"

"ரொம்ப சரி. இருந்தாலும் அப்பாவின் மதிப்பை அல்லவா அவன் பெரிதாக நினைத்திருந்தான். அது போய்விட்டதே!"

"அவன் அப்படிச் சொன்னானா?"

மறுபடியும் ஏதோ ஒருவித விவரிக்க முடியாத கூச்சத்தினால், முரளி வந்து போன சங்கதியையும் அவள் சோமு மாமாவிடம் சொல்லவில்லை. தலையை மாத்திரம் அசைத்தாள்.

சோமு மாமா சொன்னார், "அம்மா, இதுதான் உலகம். ஆனால் நீ எதற்கும் கவலைப்பட வேண்டாம். நான் இருக்கும் வரையில் உன்னையும், உன்னைச் சேர்ந்தவர்களையும் என் உயிரைப்போல் பார்த்துக் கொள்ளுகிறேன்." இதைச் சொன்னவுடன் அவருடைய கண்கள் மங்கின.

அதைப் பார்த்து நீராவின் நெஞ்சும் நெகிழ்ந்து விட்டது. "அது விஷயம் தெரிந்துதானே, அப்பா சகல பொறுப்புகளையும் உங்களிடம் ஒப்படைத்துவிட்டு போய் இருக்கிறார்?" என்று சொல்லியவாறே கதவண்டை போனாள். சோமு மாமாவும் அவளை வழியனுப்ப எழுந்து வந்தார். அப்போதுதான், அவருக்கு வயது ஐம்பத் தைந்துக்கு மேல் இராது என்ற சங்கதி நீராவின் கண்ணிற்குப் புலப்பட்டது. என்ன ஆச்சரியம்! இத்தனை நாட்களாக இது விஷயம் ஏன் அவளுக்குத் தெரியவில்லை! அவள் ஆலோசித்தாள். ஓகோ.... இதுவரையில் அவள் சோமு மாமாவை தன் தகப்பனாரைப் போல் பாவித்து வந்ததால், அவருக்கும் அப்பா வயதிருக்குமென்று அவள் எண்ணிவிட்டாள். ஆம். அவர் அவளை விட பத்துப் பன்னிரண்டு வயதுதான் பெரியவராக இருப்பார். ஆனால்

சிறு வயதிலிருந்து அவருடன் பழகி, அவர் வீட்டிற்கு வந்து தன்னுடன் விளையாடும் போதெல்லாம், 'சோமு மாமா, சோமு மாமா' வென்று கூப்பிட்டுக் கொண்டு இருந்ததில், அவள் மனத்தில் அவருடைய வயதைக் கூட்டிப் போட்டி இருந்தாள். அவரும் அப்பாவைப் போல் முதியவர் என்று நினைத்து விட்டாள். பாவம்! அவருக்கு வாழ்க்கையில் சுகமில்லை. அவர் மனைவி வெகு காலத்திற்கு முன் மறைந்து விட்டாள். அவருடைய பிள்ளை வெங்கு ஒரு உதவாக்கரை.

கதவண்டை போன நீரா சற்று திரும்பினாள். "வெங்கு சௌக்கியமா மாமா? எப்படி இருக்கிறான்?" என்று கேட்டு வைத்தாள்.

சோமு மாமாவின் கொட்டைப் பாக்குக் கண்கள் ஒரு நிமிஷத்திற்கு உற்சாகம் இழந்தன. பிறகு தன்னைச் சமாளித்துக் கொண்டவாறு, "எப்படி இருப்பான்? ஏதோ நடக்கிறது. ஏதாவது ஒரு பிசினஸில் போட்டால், கொஞ்சம் திருத்தலாம்" என்று மழுப்பினார்.

இதைச் சோமு மாமா அடிக்கடி சொல்வதுண்டு. அப்பா இருக்கும்போதே அவரும் சேர்ந்து கொண்டு வெங்குவை எத்தனையோ வேலைகளில் அமர்த்தி, அவனை திருத்தப் பார்த்திருக்கிறார்கள். அவன் ஒரு இயற்கைச் சோம்பேறி. தன் தகப்பனார் சம்பாதிப்பதை உரிமையுடன் செலவழித்து, உல்லாசமாகக் காலம் கழிக்கலாமென்ற தத்துவத்தை மேற்கொண்டவன். அப்பாவைப் போல் உழைப்பவர்களைக் கண்டால் அவனுக்கு இகழ்ச்சியாக இருக்கும்.

"உன் தகப்பனாருக்கு இருப்பது போல் ஒரு சொத்து எனக்கு இருந்தால், நான் என் சுண்டுவிரலைக்கூட ஆட்டி, உடம்பை அதிர விடமாட்டேன்" என்று அவன் நீராவிடம் இறுமாப்புடன் சொல்லுவான்.

அப்பாவின் கோபத்தை அதிகப்படுத்த வேண்டுமென்றே அவன் கம்பெனி ஆபீஸின் முன் அறையில் உட்கார்ந்து

கொண்டு, அவர் கண்பட சிகரெட்டை ஊதுவான். இதை அவர் எப்போதாவது கண்டுவிட்டால், சிறிதும் வெட்கமின்றி இளித்துக்கொண்டே போய் விடுவான். அவனுடைய ஊழல்கள் பூராவும் அப்பாவிற்குத் தெரியக்கூடாது என்று சோமு மாமா எத்தனையோ பிரயத்தனப்பட்டார். ஆபீஸுக்கு வந்து அப்பா எதிரில் தன்னை அவமானப்படுத்த வேண்டாமென்று அவர் வெங்குவை எவ்வளவோ வேண்டிக் கொண்டார். இதை அறிந்ததும் அந்தப் போக்கிரி அங்கே அடிக்கடி வந்து அவரைப் பணத்திற்காக இம்சை செய்ய ஆரம்பித்தான். அப்பா காணுமுன் வெங்குவை துரிதமாக அப்புறப்படுத்தி விட வேண்டுமென்ற ஆவலில், சோமு மாமா அவனுக்குத் தேவையானதைச் சீக்கிரமாகவே கொடுத்து அனுப்பி விடுவார். இப்படி அவன் சோமு மாமாவைத் தொல்லை செய்து பணம் வாங்குவதை அப்பா தெரிந்து கொள்ளாமல் இருப்பாரா? அவர் சோமு மாமாவைத்தான் கடிந்து கொள்ளுவார். இடம் கொடுக்கக் கொடுக்க வெங்கு நாசமடைவான் என்றும், அதிக அன்பினால் தீமைதான் விளையக் கூடுமென்றும் போதிப்பார்.

நீராவிற்கு இவ்விவரங்கள் யாவும் தெரியும். பாவம் அவள் படிகளைக் கடந்தபடியே சோமு மாமாவை நினைத்து வருத்தப்பட்டாள்.

அவர் நல்ல குணசாலி - உழைப்பாளி - விசுவாசமுள்ளவர், துரோகமென்பதைக் கனவிலும் நினைக்காதவர். ஆனால் அவரிடம் ஒரு பெரிய பிழை உண்டு. அவருக்கு பிள்ளை பேரில் பாசம் அதிகம். வெங்கு அவரை எத்தனை துன்புறுத்தி இருக்கிறான். அவனுக்காக அவர் எத்தனை பணம் வாங்கி யிருக்கிறார். எத்தனை கடன்கள் அடைத்திருக்கிறார்! எவ்வளவு சிரமப்பட்டி ருக்கிறார்! இருந்தாலும், நீரா அறிந்த வரையில், அவர் ஒரு முறைகூட அவனைக் கோபித்தது கிடையாது. கண்டித்ததும் இல்லை. இப்படி எல்லாம் என்னை அவமானம் செய்து, இம்சைப்படுத்தினால், இனிமேல் நான் உனக்கு ஒரு பைசாகூட கொடுத்து உதவி செய்ய மாட்டேன் என்று ஒரு சமயம் கூட அடித்துச் சொன்னதில்லை. அதுவுமன்றி,

அப்பாவிற்கு விஷயம் எட்டாமல் இருக்க வேண்டுமே என்று, அவன் அகப்பட்டுக் கொள்ளும் போதெல்லாம் எப்படியோ பணத்தைக் கொடுத்து அவனை மீட்டு, விஷயத்தையும் மூடி வைப்பார். இப்படி தாங்கி வந்ததால், வெங்கு தைரியம் கொண்டு யாருக்கும் அடங்காத தான் தோன்றியாக வளர்ந்து விட்டான்.

பாவம்... நீரா, சோமு மாமாவை இரக்கத்துடன் நினைத்துப் பார்த்துக் கொண்டாள். மனைவி போய்விட்டாள். ஒரு பிள்ளை, அவனைக் கடிந்துகொள்ள அவருக்கு மனம் வரவில்லை. அவர் யாரையும் அதட்ட மாட்டார். நொய்மையான சுபாவம் படைத்தவர். எப்போதும், எல்லோரிடமும், இங்கிதமாகவும் நயமாகவும் பழகுவார்.

அப்போது அவளுக்கு அப்பாவின் சூத்ரமொன்று நினைவிற்கு வந்தது. 'பலஹீனத்தினால் தீமை விளையலாம்!' என்பதுதான் அது. நல்லவேளை... இதுவரையில் சோமு மாமாவின் பாசம் அவருக்கு ஒரு தீங்கையும் விளைவிக்கவில்லை.

நீரா வீட்டிற்குள் நுழைந்ததும் அம்மா எதிரே வந்தாள். "நீரா, அந்தக் காகிதத்துண்டில் எழுதியிருந்த மற்றுமொரு சங்கதி நினைவிற்கு வந்துவிட்டது. சௌந்தரராஜன் பிள்ளை வீரமணி, அப்பாவின் சட்டப் புத்தகங்களை தனக்குக் கொடுக்கும்படிக் கேட்டான். அவன் சட்டப் பரீட்சைக்கு வாசிக்கப் போகிறானாம். கொடுக்கலாமா?"

"கொடு" என்று சுருக்கமாய் சொல்லிவிட்டு நீரா தன் அறைக்குள் போகக் கால் எடுத்து வைத்தாள்.

அந்தச் சமயத்தில் டாக்டர் சிந்தாமணி வாசற் கதவண்டை தோன்றினான்.

அவனைக் கண்டதும் நீராவிற்கு ஒரே திகைப்பாய் இருந்தது. "வாருங்கள், எப்போது வந்தீர்கள்? நீங்கள் சத்துருக்னபுரியில் இருப்பதாக அல்லவா நினைத்தேன்!"

நீரா அவனை அப்பாவின் அறைக்குள் அழைத்துச் சென்றாள்.

"நீ நினைத்தது தவறு, இங்கே ஒரு கன்ஸல்டேஷன் விஷயமாய் அவசரமாக வரவேண்டியிருந்தது. அதனால் இன்று காலையில்தான் விமானத்தில் வந்தேன்" டாக்டர், அவளை ஏமாற்றி விட்டது போல் குறும்பாக நகைத்தான்.

அவனைப் பார்த்தால் ஒருவரும் அழகு என்று சொல்ல மாட்டார்கள். கைக்குழந்தை திடீரென்று வளர்ந்து விட்டாற்போல் கன்னங்கள் உப்பிக் கொண்டிருந்தன. உதடுகள் தொங்கின. அவன் சிரிக்கும்போது முகமே கோணிவிடும்.

"நீ எங்கே போய் விட்டு வருகிறாய்?" என்று அவன் கேட்டான்.

"சோமு மாமாவைப் பார்க்கப் போயிருந்தேன்."

"அப்படியா? ரொம்ப இறங்கிப் போய் விட்டாரோ?"

"புதிதாக கவனிக்கும்படியாக, எனக்கு ஒன்றும் தெரியவில்லையே!"

"அப்போது, சமீபத்தில் வெங்கு செய்தது ஒன்றும் உனக்குத் தெரியாது என்று சொல்."

"வெங்குவா? அவன் எப்போதுமே ஏதாவது செய்து சோமு மாமாவைக் கஷ்டப்படுத்திக்கொண்டுதானே இருப்பான்? இந்தத் தடவை என்ன செய்தானாம்?"

"அவருக்குத் தெரியாமல், இரும்பு அலமாரியைத் திறந்து மாமியின் நகைகளை எல்லாம் கொண்டுபோய் மார்வாடி கடையில் அடகு வைத்து விட்டான். சோமு மாமாவே போய் அவற்றை மீட்கும்படி ஆகிவிட்டது. எப்படித்தான் அத்தனை பணத்தையும் அவ்வளவு சீக்கிரமாகத் திரட்டினாரோ, தெரியாது!"

"இத்தனையும் நடந்ததா? இருந்தும், இப்போது நான் அவரைப் பார்த்தபோது, எத்தனை அமைதியுடன் தென்பட்டார். வெங்குவின் குணத்தைத்தான் அவர் நன்றாக அறிவாரே...

அதனால் தன்னைத்தானாகவே மனதைத் தேற்றிக் கொண்டு விட்டார் போலிருக்கிறது.”

“அதொன்றுமில்லை, எத்தனை தவறான காரியமாக இருந்தாலும், அதைத் தன் குழந்தை செய்தால் பிழையாகாது என்று நினைக்கும் ரகத்தைச் சேர்ந்தவர், சோமு மாமா. வெங்கு செய்து வரும் வஞ்சனைகளை வேறு ஒருவன் அவருக்கு இழைத்திருந்தால், சோமு மாமா அவனை லேசில் விடுவாரா?”

“சோமு மாமா எல்லோரையும் மன்னிக்கும் சுபாவம் படைத்தவர். அதிருக்கட்டும், நகைகள் களவு போனதை அவர் எப்படிக் கண்டு பிடித்தார்?”

“அவள்தான் சொன்னாள். காலையில் எழுந்து பார்த்தவுடன் இரும்பு அலமாரியின் சாவி சுவரிலுள்ள ஆணியில் இருப்பதற்குப் பதிலாக அலமாரி வாயில் இருந்தது. அவளுக்குச் சந்தேகம் வந்துவிட்டது.”

இதைக் கேட்டதும் நீராவின் முகம் மாறியது. அதுவரையில் அவள் பாகீரதியைப்பற்றி நினைக்காமல் இருக்கப் பார்த்தாள். இத்தனை நேரமாக, சோமு மாமாவுடன் பேசிக்கொண்டிருந்த போது கூட, அவள் பாகீரதியைப் பற்றி அவரை விசாரிக்கவில்லை. அவள் மிகவும் மதித்து வந்த சோமு மாமா இவ்விதமான ஒரு வாழ்வைத் தொடங்கியிருப்பதை நினைத்துப் பார்க்க அவளுக்கு இஷ்டமில்லை.

டாக்டர் சிந்தாமணி, நீராவின் மனதை அறிந்து கொண்டது போல் ஒரு பொல்லாத சிரிப்பு சிரித்தான். “ஓஹோ, இந்த இடத்திற்கு வந்ததும் உன்னுடைய பிரியமான சோமு மாமாவிற்காக பரிந்து பேசுவதை நிறுத்திக் கொண்டாயாக்கும்! எதற்காக? சோமு மாமாவுக்கு நடுத்தரவயதுதானே ! இந்த வயதில் இவ்வித அசந்தர்ப்பங்கள் யாருக்கு வேண்டுமானாலும் ஏற்படலாமே.”

இதைக் கேட்டதும் நீராவிற்கு ஒரு பரபரப்பு உண்டாயிற்று. அதை மறைக்க அவள் கொஞ்சம் அலட்சியமாகவே

சொன்னாள். "எனக்கென்ன... அந்த அளவிற்குக் கூட விசால மனப்பான்மை கிடையாதா என்ன? அவள் கணவர் அவளை மிகவும் கொடுமையாக நடத்தி விட்டாராம். துன்பம் பொறுக்க முடியாமல் வீட்டை விட்டு வெளி வந்ததும், சோமு மாமாதான் அவள் பேரில் இரக்கம் கொண்டு தன் வீட்டில் தங்க இடம் கொடுத்தாராம். இத்தனையும் தெரிந்த பிறகு, சோமு மாமா அந்தப் பெண்ணை ஆதரிப்பதை ஆட்சேபணை செய்ய நான் என்ன அத்தனை கல்மனம் படைத்தவளா?"

டாக்டர் மிருதுவான புன்முறுவல் புரிந்தான். "எப்படியோ, உன் மனத்திற்குள் நீ என்ன நினைத்திருந்தாயோ, அவரிடம் பேசும்போது மாத்திரம் அவ்வெண்ணங்களை சாமர்த்தியமாக ஒளித்து விட்டாய் என்று தெரிகிறது."

"வாஸ்தவத்தில், அப்போது நான் பாகீரதியைப் பற்றியே நினைக்கவில்லை. என் மனம் வேறு எங்கேயா இருந்தது."

டாக்டர், 'அதென்னவோ?' என்பதுபோல் தன் கண்களை உயர்த்தினான்.

உடனே நீரா, முரளி வந்து போன விவரத்தையும், சுப்பாமணியின் ஜாடை வார்த்தைகளையும் கூறி, தன் மனத்திலுள்ள பாரத்தை சிறிதளவு இறக்க முயன்றாள். பிறகு எப்போதும் போல, அவன் அவளுக்கு சமாதானம் தரக்கூடிய முறையில் பேசுவான் என்று நினைத்து, அவன் முகத்தை ஆவலுடன் பார்த்தாள்.

ஆனால் அவன் பதில் அவள் எதிர்பாராத மாதிரியில் அமைந்திருந்தது, "நீரா... நீ இப்போது உறுதியான ஒரு பக்குவ நிலையைக் குறித்துப் போய்க் கொண்டிருக்கிறாய். அது ஒரு பூர்ணத்துவமும், உண்மை பாவமும் அடைய வேண்டுமானால், நீ பட்சபாதமில்லாமல், பற்றில்லாமல் எல்லாவற்றையும் விசாரிக்கப் பழக வேண்டும்." அவன் அவள் கரத்தை தொட்டு, அமுக்கினான்.

நீரா அவனை ஆச்சரியத்துடன் பார்த்தாள். எதற்காக இப்படிச் சொல்லுகிறீர்கள்? என்று அவள் கண்கள் வினாவின.

"நீயே யோசித்துப் பார். முரளி அந்தச் செக்கில் கையெழுத்துப் போடவில்லை என்று வைத்துக் கொள்ளுவோம். பின் அது யாராக இருக்கக் கூடும்? இதைத் தெளிவுடன் ஆராயவேண்டுமானால் நீ பற்றில்லாமல் விஷயத்தைப் பார்க்க வேண்டும்."

ஓகோ! டாக்டர், சோமு மாமாவைச் சந்தேகிக்கிறானா? அவளுக்குச் சிரிப்பு வந்தது. அப்படிச் செய்வதை விட ஒரு குழந்தையைக் கூட சந்தேகிக்கலாமே! நீரா உரக்கச் சொன்னாள். "நீங்கள் நினைப்பது தவறு, குற்றவாளி யாராக இருந்தாலும், அது சோமு மாமா இல்லை. நான் பதற்றமில்லாமல், நிதானமாக யோசித்துத்தான் சொல்லுகிறேன். கம்பெனி பொக்கிஷத்தில் ஏராளமான தொகைகள் வந்து போகும் சமயங்கள் பற்றி டைரக்டர்களுக்குத்தான் தெரியக்கூடும். அப்போது சோமு மாமா கம்பெனி டைரக்டராக இல்லை. அதனால் அவருக்கு அது விஷயம் தெரியாது, செக்கையும் எழுதியிருக்க முடியாது."

"நான் இப்போது ஒருவரையும் குறித்துப் பேசவில்லை. மொத்தமாக சம்பாவத்துடன் பரிசீலனை செய் என்றுதான் சொல்லப் பார்த்தேன்." என்றான் டாக்டர். 'பிறகு என் கண்களுக்குப் புலப்படுவதை நான் எடுத்துச் சொல்லாமல் இருக்க முடியாது. இருந்தும் அதை விளக்கிக் காட்டும்போது உன் மனம் நோகக் கூடாதென்று, நொய்மையுடன் பேசுகிறேன். இதை நீ கவனித்தாயா?' என்பது போல் அவளைக் கனிவுடன் நோக்கினான்.

"முரளிதான் குற்றவாளி, செய்வதையும் செய்துவிட்டு, அப்பா போய் விட்டாரென்ற தைரியத்தில், இப்போது தன்னை மீட்டுக் கொள்ளப் பார்க்கிறான். அதோடில்லை. அவன் எதையோ ஒளிக்கப் பார்க்கிறான். இப்போது நினைத்துப் பார்க்கும்போது அவன் பாவனையில் ஒரு தயக்கம் இருந்தது நன்றாக ஞாபகம் வருகிறது" என்றாள் நீரா. இதைக் கேட்டவுடன், டாக்டரின் குரல், இனிமை மாறி ஒரு வறட்சியுடன் வெளிவந்தது.

"இருக்கலாம், அப்படியும் இருக்கலாம்." அவ்வார்த்தைகளில்

தெறித்தெழுந்த ஒருவித சில்லிப்பு நீராவை என்னமோ செய்தது. அவனுடைய ஆறுதலான சொற்கள் அப்போது அவளுக்கு மிகவும் அவசியமாக இருந்தன.

“டாக்டர்!” அவள் கெஞ்சும் பாவனையில் அவனைப் பார்த்தாள். அவன் புரிந்து கொள்ளாதது போல் சும்மா இருந்தான்.

அவனும் மற்றவர்களைப் போல் அப்பாவைச் சுட்டிக்காட்டுகிறானா? இல்லாவிட்டால், இத்தனை போதாக அனுதாபத்துடன் பேசிக்கொண்டிருந்தவன், ஏன் இப்படி திடீரென்று பின்வாங்க வேண்டும். அவள் அவனை உருக்கமாகப் பார்த்தாள். ஆனால் ஒன்றும் கேட்கவில்லை. ஏதாவது கேட்டால் எங்கே அவன் உண்மையைச் சொல்லிவிடுவானோ என்ற பயமா?

“நீ அவசரப்படாமல், நிதானமாக விஷயங்களை ஆலோசித்துப் பார். உனக்கே எல்லாம் விளங்கும். நான் அப்புறமாக வருகிறேன்” என்று மையமாகச் சொல்லிவிட்டு, டாக்டர் போக எழுந்தான்.

நீராவால் அவனைத் தடுக்க முடியவில்லை. அவன் சென்று விட்டான். அவள் ஆயாசத்துடன் சாய்வு நாற்காலியில் படுத்து விட்டாள்.

சற்றுக் கழித்து அம்மா வந்து அவள் அருகில் உட்கார்ந்து கொண்டாள். “சோமு மாமாவைப் பார்த்தாயா? என்ன சொன்னார்?” என்று அவளை விசாரித்தாள்.

நீரா அவர் சொன்ன விவரங்களை அம்மாவிடம் கூறினாள்.

“அப்படியானால் நீ அவர் யோசனைப்படியே செய். அவர் எல்லா விஷயங்களையும் கூர்ந்து ஆராய்ந்து, எது நியாயமோ, எது சரியோ, அதைத்தான் சொல்லுவார். அப்பாவிற்கு அவரிடம் பூர்ண நம்பிக்கை.”

“எனக்கும் அப்படித்தான். ஆனால் இந்தப் பாழும் உலகத்தில்தான் எல்லோர் மனமும் கலைந்து விடுகிறதே!”

“ஏண்டி, யாராவது ஏதாவது சொன்னார்களா?”

“இல்லை. ஆனால் ஒவ்வொருவரும் ஒவ்வொன்று சொல்லும்போது, உண்மை எது என்று உணரமுடியவில்லை. மூடு பனித்திரை அதைப் போர்த்தி விடுகிறது.”

“இந்த டாக்டர் எதையாவது கிளப்பிவிடப் பார்க்கிறானா?”

“அவர் என் சத்ருக்னபுரி வாழ்வைச் சேர்ந்தவர். அவருக்கும் இங்கே நடப்பதற்கும் யாதொரு சம்பந்தமும் இல்லை. பார்க்கப் போனால் அவர் எனக்கு உறுதியும் சமநிலையும் உண்டாக்கலாம். அவர் என்னிடம் மிகவும் அனுதாபம் காட்டுகிறவர்.”

“என்னமோ அம்மா, உன்னைப் பார்த்தால் முகம் வாடி களைத்தாற்போல் இருக்கிறது. வேறு எங்கேயாவது போய் அலைந்தாயா?”

“யுதாஜித் மலை ஏறினேன்.”

“அதுதான் இப்படி ஓய்ந்து போயிருக்கிறாய்.”

“பழைய நினைவுகளில் துளைந்தேன்.”

“சரியாய் போயிற்று. அதுதான் இப்படி முகம் சுண்டியிருக்கிறது! அத்தனை தூரமும் கால்நடையாகவா போனாய்? ஏன் களைப்பாக இருக்காது? நீலவேணி! எங்கே அவளைக் காணவில்லை! நான் போய் சமையல் ஆகிவிட்டதா பார்க்கிறேன். பேசாமல் சாப்பிட்டுவிட்டுப் படுத்துக்கொள்.” அம்மா மறுபடியும் எழுந்து நேரே சமயலறைக்குப் போனாள்.

நீரா டாக்டர் சிந்தாமணியின் வார்த்தைளை மறுபடியும் தனக்குள் சொல்லிப் பார்த்துக் கொண்டாள்.

அவள் பக்குவ நிலையை அடையப் பார்க்கிறாளா? அப்படி அடைய வேண்டுமென்று அவள் பாடுபடுவதை அவன் ஓரளவு உணர்ந்திருக்கிறான் அல்லவா? அந்த நாட்களில் சில்லறைக் கவலைகளும் அற்பத் தடங்கல்களும் அவளை எத்தனை தூரம்

துன்புறுத்திக் கலக்கி விடுமென்று டாக்டர் சிந்தாமணியைத் தவிர வேறு யாருக்கு அத்தனை தெளிவாக உணரமுடியும்? அவளுடைய சத்துருக்னபுரி வாழ்வின் ரகசியத்தை அவனைத் தவிர வேறு யார் அத்தனை உன்னிப்புடன் கவனித்திருக்கிறார்கள்.

“டாக்டர்!” என்று நீரா போனில் கூப்பிடும்போதே அவள் தொனியில் ததும்பும் அவசரத்தை அவன் உணர்ந்து விடுவான்?

“என்ன?” என்று நிதானமாகக் கேட்பான். சிந்தாமணி பதறி நீரா பார்த்ததேயில்லை. அவன் எப்போதும் சாந்தமாகவே பேசுவான். சிரித்துக்கொண்டே நாடியைப் பரிசோதிப்பான். சாவதானமாகவே நோயை விளக்குவான். அவனுடன் மிக்க அந்தரங்கமாகப் பழகியவர்கள் கூட இந்த அமைதியின் ரகசியத்தைத் தெரிந்து கொள்ள முடியாமல் தவித்தார்கள். இத்தனைக்கும் அவன் ஏகாங்கி. வாழ்க்கையில் தாங்கல் கொடுக்க அவனுக்கு ஒருவித பிடிமானமும் கிடையாது. அவன் எப்படி வாழ்கிறான்.... தன் ஓய்வு நேரங்களை எவ்விதம் கழிக்கிறான் என்று ஒருவருக்கும் தெரியாது. இருந்தாலும் அவனிடம் அசைக்க முடியாத, உறுதிகொண்ட ஒரு மனோதிடம் இருந்தது. இதைக் கண்டுதான் நீரா வியந்தாள். இதனால்தான் அவளுக்கு அவன் பேரில் அவ்வளவு நம்பிக்கை உண்டாயிற்று. அவள் அவனை அடிக்கடி உதவி கேட்டாள். அவனும் அவளை ஏமாற்றாமல், உறுதிமொழிகளோ, உபாயங்களோ சொல்லித் தேற்றி வந்தான்.

“டாக்டர்! சித்தேசுவரி ஒரு நாணயத்தை விழுங்கி விட்டாள்... என்ன செய்யலாம்.” இப்போது அதை நினைத்தால் நீராவிற்கே வெட்கமாக இருந்தது. ஆனால் அந்த நாட்களில் அவள் இவ்விதமாகக் கவலைப்படுவதுண்டு.

“நிறைய உப்புமாவையும் வாழைப்பழத்தையும் குழைத்து வயிறு புடைக்கத் திணித்து விடு” - அவன் குரலில் பரிகாசமும் சமாதானமும் கலந்திருக்கும்.

“டாக்டர், காமேசுவரிக்கு ஒரே இருமல், ஜலதோஷம்,

போதாக்குறைக்கு நேற்றையிலிருந்து ஜுரம் வேறு. அவளுடன் பள்ளியில் படிக்கும் மற்ற குழந்தைகளுக்கு எல்லாம் சின்னம்மை போட்டியிருக்கிறது. இவளுக்கும் வந்து விட்டால்?"

டாக்டர் அதிரமாட்டான். "வந்தால் வரும். பத்து நாட்கள் கழித்து தானாகப் போகும்" - அவன் அமைதியுடன் பதிலளிப்பான்.

ஒவ்வொரு சமயமும், வீட்டில் இப்படி ஏதாவது இடர்கள் நேரிடும்போது, டாக்டர் சிந்தாமணிதான் அவளுடைய மனவுறுதிக்கு உரம் கொடுப்பான். அவனுடைய ஸ்திரமான மாறாத தன்மையும் அஞ்சாமையும் அவளுக்கு தைரியத்தைக் கொடுக்கும். அதுவும் சத்ருக்னபுரியில் அப்பா இருக்க முடியாதல்லவா? அதனால் அவள் ஆதாரமில்லாமல் ஆடும்போதெல்லாம் டாக்டர் சிந்தாமணியே அவளுக்கு ஒரு ஊன்றுகோலாக உதவி வந்தான். வெளிப்பார்வைக்கு அமிழ்ந்த நிதானம் காட்டும் நீரா படபடத்து, அமைதி இழந்து, பகுத்தறிவு துறந்து தவிப்பதை அவன் ஒருவன்தான் பார்த்திருக்கிறான்.

டாக்டர் சிந்தாமணியும் நீராவும் முதல் முதல் சந்தித்துக் கொண்டதே ஒரு விசித்திரம். டெலிபோன் புத்தகம் மூலமாகத்தான் அவர்களிடையே அறிமுகமாயிற்று. அப்போது அவர்கள் சத்ருக்னபுரிக்கு புதிது. அங்கே யாரையும் தெரியாது. ரயிலடியில் இருந்து வந்ததுமே, மஹேசுவரிக்கு குளிர்காய்ச்சல் கண்டு விட்டது. யாரிடம் போவது? நீரா யோசித்தாள். பிறகு டெலிபோன் புத்தகத்தை எடுத்துப் புரட்டினாள். வைத்தியர்கள் என்ற தலைப்பை எடுத்தாள். அண்ணாசாமி ஆறுமுகம், பீமசேனராவ், பாலாமணி, சின்னதுரை சிந்தாமணி... ஓஹோ, சிந்தாமணி! அந்தப் பெயர் அவள் மனத்தைக் கவர்ந்தது. உடனே அவனைக் கூப்பிடுவது என்று நிச்சயித்து விட்டாள்.

அவன் வந்தான். பருமனாகவும் விகாரமாகவும் இருந்தான். வயது முப்பது கூட இருக்காது. ஆனால் ஐம்பது ஆன மாதிரி தென்பட்டான். என்ன காரணத்தினாலோ நீராவிற்கு அவனை மிகவும் பிடித்துவிட்டது. அவன் அவர்கள் வீட்டு டாக்டர் ஆனான். அதற்குப் பிறகு எத்தனையோ நோய்களை

வைத்துக்கொண்டு அவர்கள் இருவரும் போராடி இருக்கிறார்கள். வருடங்கள் செல்லச் செல்ல அவர்கள் இடையே ஒரு இனிய நட்பு வளரத் தொடங்கியது.

யாருக்காவது ஆபத்தென்றால் நீரா மருளுவாள், டாக்டர் அவளுக்குத் தாங்கல் கொடுப்பான். யாராக இருந்தால் என்ன? இவ்விதமான நம்பிக்கை பொருந்திய விசுவாசம் யாரைத்தான் கவ்வாது? டாக்டர் சிந்தாமணியும் நீராவிடம் ஒரு அலாதி பிரியம் வைக்கத் தொடங்கினான். இந்த உணர்வு நீராவிற்கு மிக்க திருப்தியைக் கொடுத்தது.

இப்போது நீரா - முன் நீரா அல்ல. அவள் எத்தனையோ தெளிவு பெற்றுவிட்டாள். இப்போதெல்லாம், நிலைமை எத்தனை சிக்கலாக இருந்தாலும், அதை தைரியத்துடன் சமாளிக்க அவளுக்குப் போதுமான மனவுறுதி ஏற்பட்டுவிட்டது. இருந்தாலும் விபரீதங்கள் நேரிடும் போதெல்லாம் டாக்டர் சிந்தாமணியைத் துணைக்கு அழைப்பது அவளுக்கு ஒரு பழக்கமாய்ப் போய்விட்டது.

★★★

“சுப்பாமணி உன்னைப் போனில் கூப்பிடுகிறான்” என்றாள் அம்மா. நீராவின் எண்ணங்கள் தடைபெற்றன. அவள் எழுந்து சென்று போனைத் தூக்கி காதில் வைத்துக்கொண்டாள். “நீரா, நான் கேட்டதைப் பற்றி அப்புறம் ஏதாவது யோசித்தாயா?” என்றது சுப்பாமணியின் குரல்.

“அதுதான் முடியாது என்று அப்போதே சொல்லிவிட்டேனே... அதற்காகவா இப்போது மறுபடியும் என்னைக் கூப்பிட்டாய்?” நீரா வியப்புடன் கேட்டாள்.

“உனக்காகத்தான் அப்படிச் செய்தேன். இல்லாவிட்டால் உன்னைச் சேர்ந்தவர்களுக்குத்தான் ஆபத்து.”

“யாரைக் குறிப்பிடுகிறாய்?” நீராவின் குரலில் கடுமை தொனித்தது.

"உன் தகப்பனாரைப் போல் யாரும் இருக்க முடியாது என்று நீ எண்ணிக்கொண்டிருக்கிறாய். அவர் முரளியை அநியாயமாகப் பழித்தார். அவர் பேரிலும் குற்றமிருக்கலாமென்று நீ எப்போதாவது நினைத்ததுண்டா..."

"உனக்கு அவர் விஷயங்களைப் பற்றித் தெரிய நியாயமில்லை." நீரா வெடுக்கென்று பதில் சொன்னாள்.

"ஏன் இல்லை? அந்த ஆபீஸில் நானும் சில வருடங்கள் வேலை பார்த்து வந்தேன் என்பதை மறந்து விட்டாயா? எனக்குத் தெரிந்ததை எல்லாம் நான் வெளியிட்டால் உன் தகப்பனார் பெயருக்கு அபக்கியாதி..."

"என்ன வேண்டுமோ செய்து கொள். எனக்கு அக்கறை இல்லை." அவள் பட்டென்று போனை கீழே வைத்தாள்.

நீரா தைரியமாக சுப்பாமணியிடம் அப்படி பேசினாளே ஒழிய உள்ளூர அவளுக்கு அச்சமுண்டாயிற்று. இவன் எதைக் கிளப்பிவிடப் போகிறான்? பார்க்கப்போனால், முரளி சம்பந்தமாக நடந்த விஷயங்கள் ஒன்றுமே அவளுக்குத் தெரியாது. வாஸ்தவத்தில் என்ன நடந்தது என்று அப்பா ஒருவரே அறிவார். இருந்தாலும், அந்தச் செக் சம்பந்தமாகப் பேச்சு எழும்போதெல்லாம், யாராவது அப்பாவைப்பற்றி ஏதாவது சொல்லிவிடுவார்களோ என்று அவள் உள்ளம் குறு குறுக்கும். ஏன்? எதற்காக அவளுக்கு இப்படி ஒரு சம்சயம்? கேவலம் சுப்பாமணி சொல்லுகிறானே என்றா? நீரா நிமிர்ந்து கொண்டாள். பின்பு எதற்கும் அஞ்சாதவள் என்பது போல் தன் கழுத்தை உயர்த்திக்கொண்டு, நேராக முன்னே நடந்தாள். சிந்தனையில் ஆழ்ந்தபடியே தன் அறைக்குப் போகத் திரும்பினாள்.

அப்போது நீலவேணி எதிரே வருவது தெரிந்தது. அவள் கண்களில் வெற்றிக்குறி. அதைக் கண்டதும், நீராவிற்கு விஷயம் விளங்கிவிட்டது. அவள் குன்றின் மீது ஏறிக்கொண்டிருக்கும்போது, நீலவேணி சுப்பாமணியிடம்

முரளி வந்து போன விஷயத்தைச் சொல்லியிருக்கிறாள். ஆமாம், இவள்தான் அவனுக்கு போன் செய்திருக்கிறாள். நீரா அவளை வெறுப்புடன் பார்த்தாள்.

நீலவேணியா இதற்கு பயப்படுகிறவள்? பார்க்கலாம்! இப்போது என்ன செய்யப் போகிறாள்... பார்த்துவிடலாம் என்பது போல் நீராவைப் பரிகாசத்துடன் பார்த்துக் கொண்டு அப்புறமாகப் போய்விட்டாள்.

"நீரா, இலை போடும் சமயம் ஆகிவிட்டது. வா, கை கால்களை அலம்பிக்கொள்" என்று அம்மா கூப்பிட்டாள்.

"அம்மா, நீலவேணி என்ன செய்திருக்கிறாள். தெரியுமா?" அம்மா ஒன்றும் புரியாமல் விழித்தாள்.

"அவளுக்கு என்றைக்குமே ஒட்டுக்கேட்கும் சுபாவம் அதிகம். அதிலே நம் பேரில் வேறு அகங்காரமா..."

"அவளுக்குப் போது போகவில்லை, நாம் ஏதாவது பேசினால் கேட்டுக் கொண்டிருப்பாள்" என்றாள் அம்மா.

"அவள் சொல்லிக் கொடுத்துத்தான் சுப்பாமணி இப்படி பேசுகிறான்."

"இப்போது என்ன சொன்னான்."

"புதிதாக ஒன்றுமில்லை. ஆனால் முன் சொன்னதை அழுத்தமாகச் சொல்லுகிறான். அதற்குள்ள தைரியம் அவனுக்கு எப்படி வந்தது என்று யோசித்துப் பார்த்தேன். இப்போது புரிந்துவிட்டது. முரளியிடம் நான் 'அப்பாவைப் பழிக்கிறாயா?' என்று கேட்டேன் பார். அதை நீலவேணி அவனிடம் கொஞ்சம் விஸ்தாரமாக போனில் சொல்லி இருக்கிறாள். 'நீராவிற்கே அவள் தகப்பனார் பேரில் சந்தேகம் போலிருக்கிறது. அதனால் நீ முறுக்கிப் பேசினால் பயந்து விடுவாள்' என்று இவள்தான் அவனைத் தூண்டிவிட்டிருக்கிறாள்."

"ரொம்ப நல்லதாய் போயிற்று. அனாவசியமாய் இவர்கள்

உன்னை கலக்குகிறார்கள் என்று தெரிந்துவிட்டதல்லவா? இனிமேல் நிம்மதியாக சாப்பிட உட்கார். உனக்குப் பிடிக்குமென்று மிளகு ரசம் வைத்திருக்கிறேன், வா” என்று அம்மா அழைத்தாள்.

நீரா எழுந்து சாப்பிட உள்ளே சென்றாள். சாப்பிடும்போது அவள் தன் சத்ருக்னபுரி வாழ்வை நினைத்துக் கொண்டாள். அதுவும் அவளுக்குத் திருப்தியைக் கொடுக்கவில்லை. எதனால்? கணவர் - மக்கள் - பெருமை - பண்பு சந்தோஷமாக இருப்பதற்கு வேண்டிய எல்லாவித மாண்புகளும் அவளுக்கு வாய்த்திருந்தன. அவள் வாழ்க்கை ஒரு நிறைகுடம். பின் ஏன் இந்த அதிருப்தி? அவள் எண்ணிப் பார்த்துக் கொண்டாள். அவள் மனக்கண் முன் சத்துருக்னபுரியின் நீரஜாட்சி உதயமானாள்.

★★★

அந்த வீடு, சீமையில் பயிற்சி பெற்ற ஒரு பிரபல கட்டிட அமைப்புக்காரர் அமைத்த வீடு. மிக்க நேர்த்தி வாய்ந்தது. பளபளக்கும் சலவைக் கற்கள், கண்ணாடி சன்னல்கள் என்று நாகரீக முறைகளைக் கையாண்டு கட்டிய பங்களா அது. உள்ளே போனால் வீட்டின் அலங்காரத் தோற்றம், கொலு வைத்திருப்பது போல் இருக்கும்.

“எனக்கு உங்கள் வீட்டிற்குள் புகுவதற்கே பயமாய் இருக்கிறது. எங்கே எந்த விலையுயர்ந்த சாமானைக் கவிழ்த்து விடுவேனோவென்று நடுங்க வேண்டியிருக்கிறது” என்று சிந்தாமணி பரிகாசம் செய்வான்.

ஒவ்வொரு சாமானையும் நீராவே கவனித்து, பழுது பார்த்துத் துடைத்து வைப்பாள். இந்த அலங்கார வீட்டில் அவள் ஒய்யாரமாக நடமாடுவாள். பூச்சட்டிகள், சிற்பங்கள், வார்ப்பு விக்கிரகங்கள் என்று ஆங்காங்கே அழகுச் சின்னங்கள் கண்களை ஈர்க்கும். இரவு நேரங்களில், மிதமான மின்சார வெளிச்சத்தில், ருசியான பண்டங்கள், அழகாய்ப் பரிமாறி, சிந்தாமணி அங்கே எத்தனையோ தரம் உண்டிருக்கிறான்.

நீராவின் தோட்டமும் அதே நயமான எழில் கொண்டு அமைந்திருந்தது, ஒரு பெரிய அசோக விருட்சம். வசந்த காலம் வந்துவிட்டால், நீரா அதன் நிழலில்தான் தன் நாட்களைக் கழிப்பாள். வேளாவேளைக்கு பங்களாவிலிருந்து அவளுக்கு அங்கே உணவு வகைகள் கொண்டு தருவான் ஒரு ஆள். நீரா ஆட்களை அழகாகப் பழக்கி இருந்தாள். அவள் வீட்டில் எல்லாமே மிக நேர்த்தியாகத் துலங்கும். குறையற்ற நீராவின் வீட்டு வாழ்க்கையும் குறையில்லாதது. சூரியகாந்தியில் வெள்ளிக் கூஜா மினுமினுக்கும்; கோப்பைகளிலுள்ள சித்திரங்கள் மேல், மரத்தின் இலைகள் நிழலடிக்கும். நீரா அங்கு அரசி போல் வீற்றிருப்பாள்.

தோட்டத்தின் புல்தரை அழகாக வெட்டிவிடப்பட்டிருக்கும். ஒரு புல் கூட ஏற்றத் தாழ்வாக வெட்டியிருந்தால் நீராவிற்குப் பிடிக்காது. தண்ணீர் பாய்ச்சலில் சிறிய வெள்ளை வால் குலுக்கிகள் குளித்து விளையாடும். சுடலைக் கொத்திகள் புல் தரையில் மேயும். லேசான தென்றலுடன் ஜாதிப் பூவின் மணம் நீராவின் நாசிக்கு மிதந்து வரும். 'பீச்சு' மரங்களை அவள் உவப்புடன் பார்ப்பாள். வசந்த சமயத்தில் அம்மரங்கள் இலை தெரியாமல் பூத்துக் குலுங்கும். என்ன நாசூக்கான பூக்கள்! தொட்டால் கசங்கிவிடும்; அத்தனை மென்மையான இதழ்கள்! அவை குறுவாய் குவித்துச் சிரிக்கும் பச்சைக் குழந்தையின் ரோஜா இதழ்களே! பூஞ்சிட்டுகளுக்கு பீச்சு மரங்கள் மிகவும் பிரியமானவை. அப்பட்சிகளின் ரசிக உணர்வுதான் என்ன! தம் கூர்மையான அலகுகளால் கொஞ்சும் அவ்விதழ்களை முத்தமிட்டு பூக்களின் இன்ப ரசத்தை ஆவலுடன் பருகும். அப்புறம் எத்தனை அருந்தினாலும் திருப்தி ஆகவில்லை போல் அம்மரங்களையே சுற்றிச் சுற்றிப் பறந்து கொண்டிருக்கும். நிலவொளியில் ரோஜா ஜாலர் கட்டினாற்போல் சித்திரங்களை விளக்கும். 'பீச்சு' மரங்களைப் பார்த்தபடியே நீரா பொழுதைக் கழிப்பாள்.

இப்போது அவள் சத்ருக்னபுரி சமூகத்தில் ஒளியுடன் பிரகாசிக்கும் ஒரு அணிகலம். 'நீரஜாட்சியா? ஓகோ... என்ன

பண்பு... என்ன பயிற்சி... நிறை குடும்பத்தவள் ஆயிற்றே' என்பார்கள். அவள் ஒரு குறையில்லாத பெண்மணி. இந்த முடிவிற்கு வந்தவுடன் நீரா திடுக்கிட்டாள். சத்ருக்னபுரி சமூகம் அவளைப் பார்த்து ஏளனத்துடன் பற்களை இளித்தது. அது அவளை வென்றுவிட்டதல்லவா?

முதல் முதல் அவள் சத்ருக்னபுரி வந்ததும் அந்த வாழ்வின் பாசாங்குத் தோற்றம் அவளுக்கு வெறுப்பைத் தந்தது. இதென்ன கபட வாழ்வு, வீண் டம்பம் என்று அவள் வெளிப்படையாக முணுமுணுப்பாள்; சிணுங்குவாள். அர்த்தமில்லாத அம்முறைகளையும் கட்டுப்பாடுகளையும் எதிர்த்து வீணாகப் போராடுவாள். ரசமில்லாத அந்த வாழ்வு அவளுக்குச் சோர்வைத் தந்தது.

ஆரம்பத்தில், நவீன முறையில் அமைந்துள்ள அந்த வாழ்க்கை அவளுக்குப் பிடிபடவில்லை. பயிற்சி பெறாததினால் தன் அனுபவங்களை அழகாகக் கோத்து, பகுத்தறிவுடன் தெளிவுபடுத்தத் தெரியவில்லை. அதற்கு வேண்டிய முதிர்வை அவள் அடையவில்லை. பிறர் ஏதாவது தப்பிதமாகச் சொன்னால் கூட, அது தவறு என்று அவள் கண்டுகொண்டால் கூட, அவர்களிடம் சரியானபடி தர்க்கிக்க அவளுக்கு போதுமான ஆற்றல் ஏற்படவில்லை. ஆனால் அதை அவள் கொஞ்சங் கொஞ்சமாகக் கற்க ஆரம்பித்தாள். மெதுவாக அவளைச் சுற்றி ஒரு கண்ணியம் வளரத் தொடங்கிற்று. எல்லாவற்றையும் அவள் மனம் எடை போட ஆரம்பித்தது. எப்போது சிரிக்க வேண்டும், எப்போது வேடிக்கை போல் குற்றங்களை எடுத்துக்காட்ட வேண்டும், எப்போது ஆர்ப்பரித்துக் கை கொட்ட வேண்டுமென்று அவளுக்கு விரைவில் அற்றுபடியாகி விட்டது.

இந்த இணக்கம் காட்டும் குணம் ஆணுக்குத்தான் மிகவும் இசைவாக இருந்தது. அதுவும் சத்ருக்னபுரி ஆணுக்கு ஆபீஸ் தொல்லை அதிகம். அங்கே எதிராளியுடனோ மேலதிகாரியுடனோ தர்க்கம் செய்துவிட்டு அலுப்புடன் வரும்போது, நீராவைப்

போலுள்ளவர்களின் அநுதாபம், அவர்களுக்கு ஆறுதலாய் இருந்தது. அது ஆணின் சுயகௌரவத்தைத் தட்டிக் கொடுத்தது.

மனிதனுடைய குணங்களை நன்றாகப் புரிந்துகொண்டு அதன்படி அவனுடைய பலஹீனங்களுக்கும், வீண் கர்வத்திற்கும் இடம் கொடுத்து, அவனை ஏமாற்றி முறியடித்து தந்திரமாக அடக்குவதே இந்த வாழ்வு என்பதைக் கடைசியாக நீரா புரிந்து கொண்டாள். அதன்படி அழகாகப் பேசி, மழுங்கிவிட்ட அவர்களுடைய குணங்களுக்கு மேல் அவள் வெற்றியுடன் வெளிக்கிளம்ப பழகிவிட்டாள். வாழ்க்கையே ஒருவித அவியல், அபிமானம் - கொஞ்சம் கோபம், சிறிதளவு மனஸ்தாபம், மட்டமான தந்திரம், கடைசியாக ஒட்டாத பிரியம். சத்ருக்னபுரி வாழ்வின் பூர்ண ரகசியம் இவ்வளவே.

ஆனால் இந்த வெற்றியால் நீராவிற்கு திருப்தி உண்டாகவில்லை. போலி வாழ்க்கையை, போலி முறையில் வென்றால் போலி ஆறுதல்தானே உண்டாகும்? நீராவின் உள்ளம் ஊசலாடியது. அவள் எதைத் தேடுகிறாள்? எதற்காக ஆசைப்படுகிறாள்? எதை விட்டு ஓடப் பார்க்கிறாள்? ஓடி எங்கே போவது? மற்ற இடங்களில் மாத்திரம் வாழ்வு தூய்மையாகத் தோன்றுகிறதா? முதல் முதல் அவள் உள்ளத்தில் தோன்றிய குறை வருடந்தோறும் அதிகரித்துக் கொண்டே வந்தது. டாக்டர் சிந்தாமணி ஒருவனே அவளுடைய இந்த அகப்புரட்சியை ஒருவாறு அறிவான்.

நீரா கையை அலம்பிக் கொள்ளும்போது டக்கென்று அவள் சிந்தனை கலைந்தது. அவளுடைய நினைவின் அலைகளைப் பிய்த்துக் கொண்டு அம்மாவின் குரல் கேட்டது.

“சத்ருக்னபுரியிலிருந்து போன் வந்திருக்கிறது.”

அவள் அவசரமாக ஓடிப்போய் போனை எடுத்தாள். அவர் என்ன! ஆச்சரியத்தினால் அவள் முகம் விரிந்தது. பிறகு பீதியுடன் “சௌக்கியம்தானே?” என்று கேட்டாள்.

“ஆமாம்.”

“என்ன விசேஷம்.”

“ஒன்றுமில்லை.”

“ஒன்றுமில்லாமலா போன் செய்தீர்கள்?” என்றவுடன் அவள் சட்டென்று உதட்டைக் கடித்துக் கொண்டாள்.

என்னுடன் பேசுவதற்காவென்று கேட்பது ஆணுக்கு அபவாதம் செய்வது போல் ஆகும். “என்ன சங்கதி” என்றாள் மறுபடியும்.

“இல்லை... லட்சுமணபுரியிலிருந்து மந்திரி வருகிறார். அவருக்கு விருந்து செய்ய வேண்டும். அதற்குள் நீ வந்து விடுவாயா?”

“ஊம்... சித்தேசுவரி இருக்கிறாளே!”

“இதோ அவளுடன் பேசு...”

“அம்மா” நீராவின் மூத்த பெண்ணின் குரல் போனில் இனிப்புடன் மிதந்து வந்தது. முப்பது பேர்களுக்கு விருந்து தயார் செய்ய வேண்டுமாம். எனக்குக் கொஞ்சம் பயமாய் இருக்கிறது. பழக்கமில்லை அல்லவா?

“நீ வந்துவிட்டால் தேவலை...”

“சரி, வருகிறேன்.”

மறுபடியும் அவர் குரல். “நாளை இரவு மயில் ராணியில் கிளம்பிவிடேன். ஒரு மணியில் இங்கே வந்துவிடலாம்.”

“ஆகட்டும்.” போன் அணைந்தது.

“என்னடி? அதற்குள் சத்ருக்னபுரியிலிருந்து போனா? உன்னை யாருமே சும்மா விடமாட்டாளா? குழந்தைகள் எப்படி யிருக்கிறார்கள்? சௌக்கியந்தானே” நீரா அம்மா கேட்டதற்கு விடை அளிக்கவில்லை.

அவள் மெதுவாக நடந்து அப்பாவின் அறைக்குள் புகுந்தாள். சத்ருக்னபுரிக்கு வந்த புதிதில் விருந்து கொடுப்பதென்றால் நீரா கலங்குவாள். எத்தனை பொறுப்புகள். அப்புறம் எவ்வளவு

களைப்பு. முதலில் விருந்திற்கு வேண்டிய சாமான்களை சேகரிக்க வேண்டும்..... பிறகு உணவு வகைகள் செய்யத் திட்டமிட வேண்டும். அப்புறம் வீட்டை சுத்தம் செய்து அலங்காரப்படுத்த வேண்டும். அதுவும் அந்தச் சமூக வாழ்வில், ஒரு அறையைச் சுத்தம் செய்தால் போதாது. வீடே கொலு வைத்தாற்போல் சிங்காரத் தோற்றத்துடன் விளங்க வேண்டும். நீரா ஒரு அடிமையைப் போல் மெருகு போடு வதில் முனைவாள். பிறகு கோப்பைகள், டம்ளர்கள் இவற்றை விளக்க வேண்டும்; நடுவில் அவை உடையாமல் இருக்க வேண்டுமே என்ற கவலை வேறு. அதற்குத் தகுந்தாற்போல் ஏதாவது ஒரு விபத்து நேரிடும். பால் வர தாமதமாகும், அல்லது ஐஸ்கிரீம் சேராது. ஒன்றுமில்லை என்றால் சமையற்காரனாவது முகத்தை தூக்குவான். விருந்தினர் வரத்தொடங்கியவுடன் முகமலர்ச்சியுடன் அவர்களை வரவேற்க வேண்டும். நீராவின் மனமோ உள்ளே பால் வரவில்லையே என்ற கவலையுடன் ஈடுபட்டிருக்கும். ஒரு வழியாக விருந்து முடியும். கூட்டம் கலையும். அதற்குப் பிறகு அவள் எல்லா சாமான்களையும் எடுத்து பத்திரப்படுத்தி வைப்பாள். நாள் பூரா ஓடி ஓடி கடைசியில் அப்பாடாவென்று களைப்பு உடலை அயர்த்திப்போடும். படுக்கையில் போய் ஆயாசத்துடன் விழுவாள்.

இப்போது? இப்போது அவள் பார்ட்டிகளை சந்தோஷமாக எதிர்கொண்டு அழைக்கிறாள். அவளுக்கு மனதில் நிச்சயமுண்டானதும், உற்சாகமும் ஏற்பட்டு விட்டது. அழகாக அளிக்கும் விருந்தினால் தனக்குப் பெருமை உண்டாகிறதென்று சந்தோஷப்படுகிறாள். ஆனால், இத்தனை பெருமிதத்திற்கும் இடையே வாழ்வின் வெறுமை அவளுக்குப் புலனாகாமல் இருக்கிறதா? அதற்காக? கட்டை அவிழ்த்துக்கொண்டு பறக்க விரும்புகிறாளா? எந்தக் கட்டை? எதைக் கட்டியிருக்கிறது? அவளுடைய குறையின்மையே அவளை விலங்கு போட்டு கட்டிவிட்டதாவென்ன!

நீரா பெருமூச்சுவிட்டாள். அப்பா அறையின் பக்கத்திலுள்ள வராந்தாவிற்குப் போய் நின்று கொண்டாள். அவள் எதிரே

கடலின் பொங்கும் உள்ளம், நிலவொளியில் பொருமிப் பொருமித் தத்தளித்தது. பூர்ணசந்திரனின் பிரதிபிம்பம் நீரின் மேல் அலைந்து நெளிந்தது. அழகான இரவு, உப்புக் காற்றில் நைப்புடன் ஒரு தண்மை இழைந்து ஊர்ந்தது. அந்த இயற்கை அழகு ஏனோ நீராவின் உள்ளத்தில் புகுந்து கொண்டு வேதனை செய்தது. சாலை விளக்கின் வெளிச்சம் அதன் முன் இருந்த மரத்தின் இலைகள் ஊடே வராந்தாவின் சுவரில் விழுந்தது. உடனே இலைகளின் சாயையால் சுவரின் மேல் சித்திர விளக்கங்கள் தோன்றின. இந்த ஓவியத்தின் அழகைப் பார்த்து ரசித்துக்கொண்டே நீரா அங்கே சிறிது நேரம் நின்றாள். பிறகு அலுப்புடன் உள்ளே போகத் திரும்பினாள்.

அப்போது வராந்தாக் கோடியில் இருள் மையத்தில் ஒரு உருவம் நின்றது. அதைக் கண்டதும், நீராவின் இதயம் பட்பட்டென்று அடித்துக் கொண்டது.

“எப்போதுமே இப்படித்தான். முன்பின் தெரிவிக்காமல் இப்படி தூக்கி வாரிப் போடுகிறாற்போல் திடீரென்று எதற்காக வரவேண்டும்” என்று அவள் அவனைக் கடிந்து கொண்டாள்.

சுந்தர் இருட்டை விட்டு விலகிக்கொண்டான். உடனே நிலவொளி அவன்மேல் பட்டது. அப்போது அவன் முகத்தில் ஒரு சிறிய நகை அரும்பி நிற்பதை அவள் கண்டாள். அதில் ஒரு குறும்பும், வேண்டுமென்றே அவளைத் திகைக்க வைத்ததில் ஒரு பெருமையும் நெளிந்தன. அவன் உயரம்; ஒல்லி. சிரிக்கும்போது, கண்களின் கோணங்கள் அழகாகச் சுருங்கிக்கொள்ளும். இப்போது அக்கண்கள் அவளை ஆவலுடன் பருகுவது போல் நோக்கின. அதைப் பார்த்ததும் உணர்ச்சி மிகுதியால் நீராவின் மேனி கொதித்தது.

“இங்கே எங்கே வந்தீர்கள்?” என்று முறைப்பாகக் கேட்டாள். ஆனால் இரண்டு உணர்ச்சிகளுக்கு இடையே அவள் உள்ளம் போராடியது. ஒன்று - அவனைப் பார்த்தவுடன், அடக்கத்தை விட்டு அவன் மார்பில் பாய வேண்டுமென்ற துடிப்பு... மற்றொன்று - செத்தாலும், தன்னுடைய அந்தரங்கத்தை

அவனிடம் காட்டக்கூடாது என்ற தீர்மானம். அவனுக்கு அது புரிந்து விட்டதோ! அவன் ஒன்றுமே சொல்லாமல் ஒரு சொட்டும் புன்னகையுடன் அங்கேயே நின்றான்.

"நீங்கள் சத்ருக்னபுரியில் இருப்பதாக அல்லவா நினைத்தேன்!" அவள் தன் குரலை ஒரு நிதானத்திற்குக் கொண்டு வர சிரமப்பட்டாள்.

"ஆமாம், அங்கேதான் இருந்தேன். ஒரு உற்சாகம் கிளம்பிற்று. உடனே குயில் ராணியில் புறப்பட்டு வந்து விட்டேன்."

"உற்சாகமா? எதற்கோ!"

"திடீரென்று எனக்கு ஒரு நல்ல காலம் பிறந்து விட்டாற்போல் ஒரு எண்ணம் உதித்தது. அந்தக் கணமே உன்னைக் கேட்டு அது சரிதானாவென்று தெரிந்து போகலாமென்று வந்தேன்."

"என் மனம் மாறவில்லை. பேசாமல் திரும்பிப் போங்கள்."

அவன் நகரவில்லை. அதற்கு பதிலாக அவளை விழுங்கும் கண்களுடன் பார்த்தான். இதைப் பார்த்ததும், அவள் அகத்தில் விவரிக்க முடியாத ஒரு நடுக்கம். அதுவும், அப்போது அவன் அவளை அப்படியே வாரியெடுத்து அணைத்து கொஞ்சும் வார்த்தைகளால் தேற்ற விரும்புகிறான் என்ற அறிவு, அவளை மேலும் குழையச் செய்தது. அவள் அந்தரங்கத்தில் தேம்பும் பரிதவிப்பு, இந்த அன்பு ததும்பும் ஆதரவை ஏற்றுக்கொள்ளத் துடிதுடித்தது. இதுதான் முடிவா? அவளுடைய வினாக்களுக்கெல்லாம் இதுதான் விடையா? விவரிக்க முடியாத அவள் மனக்குறைக்கு இதுதான் விளக்கமா? ஹம்... அப்படி இருக்க முடியாது. இவ்விதமாக திருப்தி பெற முடியுமானால் இதை அவள் என்றைக்கோ செய்திருக்கலாமே.... இல்லை.... இல்லை. அவள் விடுதலையை வேறு திக்கில் தேட வேண்டும்? எங்கே? எப்படி?

நீரா தன் ஆத்ம விமரிசனத்தை அத்துடன் நிறுத்திக்கொள்ள வேண்டியதிருந்தது. காரணம், அவன் எதிரே நின்று கொண்டு

அவளுடைய சிந்தனைகளை நசுக்கிக் கொண்டிருந்தான்.

“இதற்காகத்தானா... இத்தனை தூரம் இந்த இரவு வேளையில் வந்தீர்கள்.”

“அம்மாவையும் பார்த்துவிட்டுப் போகலாமென்றுதான் வந்தேன்.”

“ஒருவேளை அவளுக்கு உங்கள் முகஸ்துதி ஏற்கலாம்.”

“யாருக்குதான் அது தேவையில்லை? நாம் எல்லோருமே தனிமையில் வாடுகிறோம் - பிறர் பாராட்டுதலைக் கோருகிறோம். அதற்காக எது வேண்டுமானாலும் செய்யத் தயாராக இருக்கிறோம்.”

“நான் தயாராக இல்லை.”

“உன்னிடம் நான் சொல்வதெல்லாம் துதி இல்லை. நிஜம்.”

அவன் தோற்காமல் வாதாடினான். பிறகு அருகில் வந்தான். அவன் கரம் வராந்தா கைப்பிடிச் சுவரின் மேல் ஊன்றி இருந்தது. நீரா விலகிக்கொள்ளுமுன் சட்டென்று குனிந்து அதன் மேல் மிருதுவாக முத்தமிட்டான்; பிறகு நிமிர்ந்து அவளை வெற்றியுடன் பார்த்தான்.

“நீ கர்வம் கொண்டிருக்கிறாய்” என்றான்.

“என்ன?” அவள் அவனை மலைப்புடன் பார்த்தாள்.

“ஆமாம். உன்னைப்போல் குற்றம் குறையில்லாத பெண் கிடையாது என்று உனக்கு ஒரு கர்வம். சரி, அப்படியே இரு. லட்சியக் கூண்டில் அடைபட்டு, ஏகாங்கத்தில் தனிப்பட்டு அழிந்து போ. உனக்கு உயிர் கொடுக்க எது தேவையோ, அதை நீ உதறி எறிகிறாய்”

“நீங்கள்தான் அதுவோ?”

அவன் ஆமாம் என்று உடலை ஏதோ நிறைந்தது போல்,

தலையை பெருமிதத்துடன் அசைத்தான். “நீ உனக்கு சிறிதளவு இன்பம் அளித்துக் கொண்டால், அதன் மூலமாக உன் ஊக்கங்கள் விடுதலை அடையும். இந்தக் குறையில்லாத் தோற்றத்தினால் உன் உள்ளம் வறண்டுவிட்டது.”

“என் அகத்தில் இருப்பதை என்னைவிட நீங்கள் அறிந்துகொண்டு விட்டதுபோல் பேசுகிறீர்கள்.”

“இயற்கைதானே! ஒருவனுக்கு தனக்குள் வசிக்கும் தன்னுடைய ஆத்ம உணர்வை அறிவது கஷ்டமா?” இதை அவன் உருகும் குரலில் கேட்டான்.

நீராவின் மனம் அதுபோலவே அவன் நெஞ்சையும் தொட்டுப் பார்த்துப் புரிந்துகொள்ள ஆசைப்பட்டது. அவள் கஷ்டப்பட்டுத் தன் உணர்ச்சியை மறைத்துக் கொண்டாள். பிறகு, “சுந்தர், போதும். இந்தப் பேச்சை நிறுத்திக் கொள்ளுங்கள்” என்று அவனைக் கெஞ்சினாள்.

அப்போது அம்மாவின் குரல் கேட்டது. “யார்? சுந்தரா? எப்போது வந்தாய்?”

அத்துடன் உணர்ச்சியின் மிகுதியால் அந்தச் சூழ்நிலையில் ஏற்பட்டிருந்த வெப்பம் தணிந்தது.

சுந்தர் நிதானமாகப் பதில் சொன்னான். “இப்போதுதான் குயில் ராணியில் வருகிறேன், காலையில் வேலை இருக்கிறது, அதனால் உங்களைப் பார்த்துவிட்டுப் போகலாமென்று கையோடு வந்தேன்.”

“நீரா இன்று ரொம்ப களைத்து விட்டாள். யுதாஜித் குன்றுக்கு இங்கிருந்து கால்நடையாகப் போயிருக்கிறாள்! எப்படி உன்னால் அவ்வளவு தூரம் நடக்க முடிந்தது என்று கேட்டதற்கு பழைய நினைவுகளில் துளைந்து கொண்டிருந்ததால், எனக்குச் சிரமமே தெரியவில்லை என்றாள்.”

“நீராவிற்குக் கற்பனை பிடிக்கும். நிஜத்தைப் பார்க்க சம்மதப்பட மாட்டாள்” என்றான் அவன்.

அவள் அவனைப் பார்க்க மறுப்பது போல், வேண்டுமென்றே முகத்தை அப்புறமாய் திருப்பிக் கொண்டாள்.

அம்மா சொன்னாள், "நீராவின் மனப்பான்மையே விசேஷமானது. உனக்குத் தெரியுமோ சுந்தர்? அவள் பிறந்தபோது பகவதியம்மன் கோவில் மணி..."

"சுந்தருக்கு உலக வாழ்க்கையில் தேட்டம் அதிகம். தெய்வத்தைப் பற்றி நினைக்க அவருக்கு நேரமில்ல" என்றாள் நீரா.

"லட்சியப் பெண்... என்றுதான் எண்ணியிருந்தேன். இப்போது தெய்வப் பெண்ணாய்க் கூடவா" அவன் குறும்புடன் கேட்டான்.

அந்தச் சமயத்தில் நீலவேணி, அம்மாவை ஏதோ கேட்கும் பாவனையில் அங்கே வந்து நின்றாள். அவளைக் கண்டதும் அம்மா உள்ளே போனாள்.

அவள் சென்றதும் நீரா சுந்தர் மேல் சீற்றத்துடன் பாய்ந்தாள். "என்னை லட்சியப் பெண் என்று ஏசிக் காட்டுகிறீர்களே! அப்போது உங்களுக்குப் பாகீரதியைப் போல் உள்ளவர்களைத்தான் பிடிக்குமோ?"

இந்த வினா அவனை நிலைகுலைய வைக்கும் என்று அவள் எதிர்பார்த்தாள். ஆனால், அவன் சிரித்துக்கொண்டே பதில் கேட்டான். "யாரைச் சொல்லுகிறாள்? சோமு மாமாவின் அவளைத்தானே குறிப்பிடுகிறாய்? பாவம், அவள் நிலைமை பரிதாபகரமானது"

"போய் சமாதானப்படுத்துவதுதானே? ஓகோ, இனிமேல் அப்படிச் செய்ய முடியாது. அவள் சோமு மாமாவிற்குச் சொந்தம் இல்லையா?"

"நீ அவளைப் பற்றி தப்பான எண்ணம் கொண்டிருக்கிறாய். அவள் வாழ்க்கையில் பல துன்பங்கள் அனுபவித்திருக்கிறாள். சோமு மாமா அவளை ஆதரிப்பதில் மிகவும் பெருந்தன்மை காட்டுகிறார்!

"அப்படியானால் நீங்கள் ஏன் அவளைக் கைவிட்டீர்கள்? அத்தனை அந்நியோந்நியமாகப் பழகிக் கொண்டிருந்தீர்களே?"

அவள் பேசப் பேசக் காரப்படுவதற்குப் பதிலாக சுந்தர் மசிழ்ச்சி கொண்டான். "நீரா, அதைப் பற்றி உனக்குக் கோபமா? ஆமாம். நான் அவளுடன் ஒரு சமயத்தில் நெருங்கிப் பழகிக் கொண்டிருந்தேன். அவள் கணவன் அவளைப்படுத்திய பாடுகளைக் கண்டு மிகவும் வருந்தி அவனை விட்டு விலகும்படி அவளை ரொம்பவும் வற்புறுத்திப் பார்த்தேன். ஆனால் அப்போது அவள் அதற்கு இணங்கவில்லை."

"பயமாய் இருந்திருக்கும், நீங்கள் தைரியம் கொடுக்கவில்லையோ என்னவோ..."

அப்போது சுந்தர் கண்களில் மின்னல் கீற்றைப் போல் ஒரு ஒளி தோன்றி மறைந்தது. உவகை பொங்கும் அந்தப் பார்வையைக் கண்டதும் நீரா சட்டென்று விழித்துக் கொண்டாள். அவள் ஜாக்கிரதையாக இருக்க வேண்டும். அவனைத் தூண்டிவிடக் கூடாது என்று நினைத்து, கஷ்டப்பட்டுத் தன் மனத்தைத் தணித்துக் கொண்டு அலட்சியமாகப் பேசப் பார்த்தாள்.

ஆனால் அவள் சொன்னது வேறு. "எனக்கு எதற்காகக் கோபம் வர வேண்டும். உங்கள் பேச்சை அவளால் எப்படி அசட்டை செய்ய முடிந்தது என்று ஆச்சரியமாக இருந்தது. கேட்டேன், நீங்கள் அவளை எத்தனை நேசித்தீர்கள் என்று அவளுக்கு தெரியாமல் இருந்திருக்குமா?"

இதைக் கேட்டதும் சுந்தரின் முகம் மாறியது; நெற்றி நரம்புகள் புடைத்து நின்றன.

"ஆமாம். நீ நினைப்பது எல்லாம் உண்மை, அதற்காக?" என்று பற்களை நறநறவென்று கடித்தான்.

நீராவிற்கு அவனை ஏன் கிளப்பி விட்டோமென்று இருந்தது. அவன் அவளிடமிருந்து எதையும் ஒளிக்க விரும்பவில்லை. தன் வாழ்வின் விவரங்கள் யாவையும் அவளிடம் விரித்துக்

காட்டத் தயாராக இருந்தான். ஒவ்வொரு சமயம் வேண்டாம், நிறுத்திக் கொள்ளுங்கள் என்று அவளுக்குத்தான் கத்த வேண்டும் போலிருக்கும். இருந்தும், அப்போது, ஏதோ ஒன்று அவளை மேலும் மேலும் கேள்விகள் கேட்கத் தூண்டிற்று.

“பின் ஏன் அவளை ஒதுக்கி விட்டீர்கள்?” அவள் தன்னையும் அறியாமல் அவ்விஷயத்தை அறிய ஒரு ஆவல் காண்பித்தாள்.

இதற்குப் பதில் சொல்லாமல் அவன் அவசரமாக அவள் பக்கம் பாய்ந்தான். அவள் சட்டென்று ஒதுங்கிக் கொண்டாள். இருவர் இதயத்திலும் வெள்ளப் பெருக்கு.

அவன் சொன்னான். “அன்பை நாடி அங்குமிங்கும் அலைபவர்கள் தத்தாரிகளைப்போல் தென்படுவார்கள். உண்மை என்னவென்றால், அவர்கள், தூய அன்பைத் தேடி வருந்துகிறார்கள்; அதைக் கண்டுவிட்டதாக அடிக்கடி ஏமாறுகிறார்கள். அநேகமாக அதன் உண்மை வடிவை உணராமல், தேடித் தேடி அலைந்து, தன் வாழ்நாட்களையே பாழாக்கிக் கொள்கிறார்கள். ஆனால் என்னைப்போல் அதிர்ஷ்டவசத்தினால், எதிர்பாராத விதத்தில் கடைசியில், அந்த அன்பைக் கண்டுவிட்டால்..? அப்புறம்...? அந்த ஆனந்தத்தைப் போல், அந்த சுகத்தைப்போல் வேறு ஏதாவது உண்டா?”

இவ்வார்த்தைகளைக் கேட்டவுடன் நீரா உணர்ச்சி மிகுதியால் வெலவெலத்துப் போனாள். நல்லவேளையாக அம்மா அவளை மறுபடியும் காப்பாற்றினாள்.

“சுந்தரிடம் எல்லா விஷயங்களையும் சொன்னாயா? என்ன சொன்னான்?” என்று கேட்டபடி அவள் அங்கே மறுபடியும் தோன்றினாள்.

“அந்தத் தொல்லை எல்லாம் அவருக்கு எதற்கு? அவை நம் வீட்டு விஷயங்கள்...” என்றாள் நீரா.

சுந்தர் தாயையும் மகளையும் மாறி மாறிப் பார்த்தான். நீராவிற்கு அவனைத் துணைக்குக் கூப்பிட இஷ்டமில்லை.

அப்படிச் செய்தால் அதற்குப் பிரதியாக அவன் கேட்பதைக் கொடுக்கும்படியாக வருமோவென்ற பயமா?

அம்மா விடவில்லை. "ஏதோ அசட்டுத்தனமாய் வாயில் வந்ததைப் பிதற்றிவிட்டுப் போனான் என்று சுப்பாமணி சொன்னதைத் தள்ளிவிடலாம். முரளி விஷயம் அப்படி இல்லை. அவன் அந்தச் செக்கில் கையெழுத்துப் போடவில்லை யென்றால் அதை யார் செய்தது? இதைக் கண்டுபிடிக்க வேண்டாமா?"

"அவரை எதற்கம்மா தொந்தரவு பண்ண வேண்டும்?"

"இல்லையடி, சுந்தரிடம் சொன்னால் அவன் தகுந்த யோசனை சொல்லுவான். அவன் என்ன வேற்று மனிதனா? நம் வீட்டில் வளர்ந்த குழந்தை மாதிரி..."

இதைக் கேட்ட நீரா அவனை ஒருவித ஏசலுடன் பார்த்தாள். "அம்மாவிடம் நன்றாக வத்தி வைத்தாய் விட்டது போலிருக்கிறது" என்றது அந்தப் பார்வை.

சுந்தர் ஒன்றுமே சொல்லவில்லை.

"முரளி சொல்லுவதில் நீராவிற்கு நம்பிக்கை விழவில்லை" என்றாள் அம்மா.

"எப்படியம்மா அது முடியும்? அப்போது அப்பா செய்தது எல்லாம் தவறா?"

அம்மா அவள் சொன்னதைக் கேட்காதது போல் சுந்தர் பக்கம் திரும்பினாள். "நீ ஒன்று செய், நாளைக்கே சத்ருக்னபுரிக்குப் போன் செய்து மீனாட்சிசுந்தரை யோசனை கேள். நீங்கள் எல்லோரும் கம்பெனி டைரக்டர்கள். அதனால் எல்லோருமாகச் சேர்ந்து இது விஷயத்தை கடைசியாக முடித்துவைத்து விடவேண்டும். இல்லாவிட்டால் கம்பெனி பெயருக்கு இழுக்குண்டாகும்."

அதுவரையில் பேசாமல் இருந்த சுந்தர் அப்போது வாயைத்

திறந்தான். "அம்மா சொல்லுவது சரி. நம் எல்லோருடைய நன்மையையும் உத்தேசித்து இந்தச் சந்தேகங்களை விலக்க வேண்டியதுதான். தீர விஷயங்களை ஆராய்ந்தால்தான் அது முடியும்."

"அப்பா ஆராய்ந்து கண்டுகொள்ளாத விஷயம் இப்போது புதிதாக என்ன இருக்க முடியும்?" என்றாள் நீரா.

"அவள் கிடக்கிறாள். சுந்தர், நீ தயங்காதே. நீரா என்ன சொன்னாலும் இது விஷயத்தை துப்புத் துலக்குவது உன் கடமை" என்றாள் அம்மா.

சுந்தர் சரியென்றவாறு தலையை அசைத்தான். பிறகு "சோமு மாமா என்ன சொன்னார்?" என்று கேட்டான்.

"அவரும் என்னைப் போல் அப்பாவிடம் பூர்ண நம்பிக்கை வைத்தவர். மேலும் முரளிதான் பிழை செய்தான் என்பதைப் பற்றி அவருக்குச் சந்தேகமே இல்லை. அதனால் அவர் இந்த விசாரணைக்கு உடன்பட மாட்டார்" என்றாள் நீரா.

"நீ அவரைக் கேட்டாயா?" சுந்தர் நீராவைப் பார்த்தான்.

அவள் முகத்தைத் திருப்பிக்கொண்டே "இல்லை" என்றாள்.

"நீ ஆலோசித்துச் சொல்லு. நான் உள்ளே சென்று குடிக்கப் பால் எடுத்து வருகிறேன்" என்று அம்மா போனாள்.

"சுந்தர், நீங்கள் இது விஷயத்தைக் கிளப்ப வேண்டாம்" என்று நீரா அவனைக் கலவரத்துடன் பார்த்தாள். அவன் புரிந்துகொண்டானோ! மிருதுவாக நகைத்தான். கண்களின் கோணங்கள் அழகாகச் சுருங்கிக் கொண்டன.

"நீ எதற்காகப் பயப்படுகிறாய்?"

"மறுபடியும் இது விஷயத்தைக் குடைய ஆரம்பித்தால் என்ன வெளிப்படுமோவென்று..." அவள் தடுமாறினாள்.

அவள் முகத்தில் கண்ட பரிதாபகரமான தோற்றத்தைக்

கண்டு அவன் மறுபடியும் "நீரா" என்று இறைஞ்சும் குரலில் அழைத்தான்.

"நயமாகப் பேசி என்னை வஞ்சிக்க முயலவேண்டாம்."

"வஞ்சனையா? நான் அல்லவா உன் மோகவலையில் சிக்கி..."

"என் பேரில் இப்படி குற்றம் சாட்டி..."

"நீரா என்னிடம் எத்தனையோ குறைகள் இருந்தாலும் நீ பெரிய மனம் பண்ணி என்னை ஏற்றுக் கொள்ள மாட்டாயா?"

"நீங்கள் வாழ்வில் பலவித ரசனைகளை ரசித்துப் பிழிந்து உமிழ்ந்தவர். அதை என்னால் மறக்க முடியாது."

இந்தப் பதிலைக் கேட்டவுடன் அவன் கண்கள் நம்பிக்கையால் மலர்ந்தன. "தூய அன்பு எவ்விதத் தவறையும் மன்னிக்கச் சக்தி வாய்ந்தது. நீரா, எனக்கு ஒரு சிறிதளவு சந்தோஷம் கொடுக்க மாட்டாயா?" அவன் பேசும்போது நீராவின் மனம் அவனை வெகுவாக நாடிற்று. ஆனால் பலவந்தமாக அதை இறுக்கிக் கொண்டாள். பிறகு, "போங்கள், இவ்விடத்தை விட்டு இப்போதே போங்கள்" என்று கடுமையாகச் சொன்னாள்.

"ம்... நீ ஈவிரக்கமற்றவள். மிருகத்தன்மையுடன் என்னை உதறுகிறாய். உன் இதய மாளிகையில் எப்போதும் இப்படி ஒரு காவல். இப்படி முற்றுகை போட்டு அதை நசுக்க உனக்கு எப்படித் துணிவு உண்டாகிறது?" அவன் அவள் கண்களைச் சந்திக்க முயன்றான்.

அதற்குள் அம்மா பால் கோப்பைகளுடன் அங்கே வந்து விட்டாள்.

சுந்தர் பாலை அருந்தினான், "ஆகா - என்ன மணம்! அம்மா பால் காய்ச்சினால் அதற்கு ஒரு தனி ருசிதான்."

நீரா அவனைப் பரிகாசத்துடன் பார்த்தாள். "அப்புறம் என்ன யோசித்தாய் சுந்தர்?" என்று அம்மா கேட்டாள்.

எப்படியோ சங்கதிகள் தானாகவே வெளிக்கிளம்ப ஆரம்பித்து விட்டன. "இனிமேல் நீராவால் கூட எதையும் தடுக்க முடியாது. நீங்கள் கவலைப்படாதீர்கள், எல்லாம் சரியாகிவிடும். நானும் விஷயங்களை விசாரித்துப் பார்க்கிறேன்." என்று சொல்லி விட்டு, நீராவைப் பார்க்காமலே, அம்மாவிடம் மாத்திரம் விடை பெற்றுக்கொண்டு அவன் போய் விட்டான்.

அப்போது டெலிபோன் மணி மறுபடியும் அடித்தது. அம்மா பேசினாள் "யாரது? டாக்டரா? இல்லை. நீரா இன்னும் படுக்கப் போகவில்லை. இருங்கள், கூப்பிடுகிறேன்."

நீரா உள்ளே வந்து போனை எடுத்தாள்.

டாக்டர் பேசினான். "ஒரு விஷயம் தெரியவந்தது... உன்னிடம் சொல்லலாமென்று போன் செய்தேன். முரளி அந்தச் செக்கை எழுதிய சமயத்தில் சுந்தர் சீமையில் இருந்ததாகச் சொன்னாயே, அது தவறு. செக் செப்டம்பர் நான்காம் தேதி அன்று மாற்றப்பட்டிருக்கிறது அல்லவா? சுந்தர் செப்டம்பர் மூன்றாம் தேதியே திரும்பி வந்து விட்டானாம்."

"உங்களுக்கு இது விஷயம் எப்படித் தெரிந்தது?"

"சீமையிலிருந்து அவனுடன் சேர்ந்து திரும்பிய ஒருவரை இன்று யதேச்சையாகச் சந்திக்க நேரிட்டது. ஏதோ பேச்சு வாக்கில் இந்தச் செய்தி வெளி வந்தது. ஆனால் சுந்தர் நேரே சத்ருக்னபுரியில் போய் இறங்கினானாம். இது விஷயம் தெரிந்ததும் நம்முடைய அனுமானங்களை கொஞ்சம் மாற்றி அமைத்துக் கொள்ள வேண்டும் என்று எனக்குத் தோன்றிற்று இல்லையா? இது வரையில் சுந்தர் ஊரில் இல்லாததனால், அவன் இந்த விஷயத்தில் சம்பந்தப்படவில்லை என்று நினைத்திருந்தோம். இனிமேல் அப்படி எண்ண முடியுமா?"

நீராவின் உள்ளம் திக்திக்கென்று அடித்துக் கொண்டது. ஆனால் வெளிப்படையாக அவள் நிதானத்துடன் பேச முயன்றாள்.

"அப்படியானால் சுந்தர் மூன்றாம் தேதி திரும்பி வந்த

விஷயம் அப்பாவிற்கு தெரியாமல் இருந்திருக்காது. நான்தான் அதை உணராமல் ஏதோ அரைகுறையாகக் கேள்விப்பட்ட குறிப்புகளை வைத்துக்கொண்டு அந்தச் சமயத்தில் அவர் திரும்பி வரவில்லை என்று நினைத்திருந்தேன். அப்பாவுக்கு இது கட்டாயம் தெரிந்துதானிருக்கும். அதன்படி பட்சபாதமில்லாமல் சுந்தருடைய நடத்தைகளையும் நன்றாகப் பரிசோதனை செய்திருப்பார். அப்பாவுடைய சிரமமான வழிகளெல்லாம் எனக்குத் தெரியும்."

"அப்போது உன் தகப்பனார் எல்லா விஷயங்களையும் ஆராய்ந்து பார்த்துவிட்டுதான் முரளி குற்றவாளி என்று தீர்மானித்திருக்கிறார். இல்லையா?"

"சந்தேகமில்லாமல் அதைத்தானே நான் முதலிலிருந்து சொல்லிக்கொண்டு வருகிறேன். அதனால்தான் எனக்கு முரளி சொல்லுவதில் நம்பிக்கை விழவில்லை." நீரா அழுத்தமாகப் பேசினாள்.

டாக்டர் சொன்னான். "என்னவானாலும் சுந்தர் திரும்பி வந்த விஷயம் உனக்குத் தெரியாதல்லவா? அதைத் தெரியப்படுத்தி விட்டேன். மேலே நீ யோசித்துக்கொள்." அத்துடன் சம்பாஷணை முடிவடைந்தது. போன் அமைதியுடன் அணைந்தது. ஆனால் நீராவின் மனம் அமர மறுத்து விட்டது.

அவள் படுக்கச் சென்றாள், நித்திரை கொள்ளவில்லை. படுக்கையில் புரண்டாள், யோசித்துப் பார்த்தாள்; ஒன்றும் விளங்கவில்லை. திரும்பித் திரும்பி புரண்டு படுத்து, மண்டையைப் போட்டுத் தலையணை மீது உருட்டியதில், அவளுக்குத் தலை நோவுதான் உண்டாயிற்று. பக்கத்தில் படுத்திருந்த அம்மா அயர்ந்து தூங்கிப் போய்விட்டாள். நீரா மெதுவாக எழுந்து வராந்தா பக்கம் வந்தாள். நிலா பாலாகக் காய்ந்து கொண்டிருந்தது. அந்த வெள்ளி வெளிச்சத்தில் சமுத்திரத்தின் நீர் பாற்கடலாய் பொங்கிற்று. குளிர்ந்த உப்புக் காற்றை நீண்ட சுவாசத்துடன் நீரா உள் இழுத்துக் கொண்டாள். ஜில்லென்ற அந்தக் காற்று தலை நோவிற்கு இதமாய் இருந்தது.

ஒருவேளை சுந்தர் அந்தப் பிழையைச் செய்திருக்கக் கூடுமோ? அவன் திரும்பி வந்த செய்தியை அப்பா அறிந்திருந்தார் என்று சொல்ல என்ன அத்தாட்சி இருக்கிறது? அப்படி அவர் அந்த விவரத்தை உணரவில்லை என்றால், அவன் சீமையில் இருப்பதாக நினைத்து, அவன் வர்த்தமானங்களை ஆராய்ந்திருக்க மாட்டார். அவன் நிரபராதி என்று நம்பி இருந்திருப்பார். பார்க்கப் போனால் சுந்தர் நான்காம் தேதி பரதபுரி வந்து அந்த செக்கை எழுதி பணத்தை மாற்றி இருக்கக் கூடுமென்று இப்போது சுலபமாகச் சொல்ல முடியும். அவன் அப்படிச் செய்தானா? அவ்விதமான தந்திரங்களைக் கையாள அவனுக்குச் சாமர்த்தியமுண்டு. பின்பு, எல்லோருக்கும் நம்பிக்கை விழும்படியாக சாக்குப் போக்குச் சொல்லி, சாதுர்யமாகப் பேசி சமாளித்துக் கொள்ளவும் தெரியும். அவளைக் கூட அப்படித்தானே வஞ்சித்திருக்கிறான்?

தன்னுடைய பலஹீனங்களுக்கெல்லாம் எப்படி கவர்ச்சிகரமாக சாக்குச் சொல்லியிருக்கிறான்! “என் மனைவி சாயாவைத்தான் உனக்குத் தெரியுமே. அவளிடம் எனக்கு ஒரு கோபமும் இல்லை. மனஸ்தாபமும் இல்லை. ஆனால் விவாகம் செய்து கொண்டு விட்டேன் என்ற காரணத்தினால் அவளிடம் பிரியம் காட்ட முடியுமா? அந்தச் சடங்கை விவரம் தெரியுமுன், குழந்தை வயதில் எனக்குப் பண்ணிவைத்து விட்டார்கள். இல்லை. நானாகத்தான் பார்த்துப் பண்ணிக் கொண்டேன் என்று வைத்துக்கொள். அப்படியானாலும் தாம்பத்திய வாழ்க்கையின் ஆரம்பத்தில் என்ன தெரிகிறது? இப்போதுதான், இத்தனை அனுபவம் ஆனபின்பு, நாங்கள் இருவரும் ஒன்று சேர்ந்து வாழ இயலாது என்ற உண்மை புலப்பட்டது. அவள் போக்கு வேறு - என் போக்கு வேறு. நான் எதையோ ஒன்றை நாடிப் போய்க்கொண் டிருக்கிறேன்.... அப்படிச் சுகந்த புஷ்பத்தைக் குறித்து யாத்திரை செல்லுகிறவன், வழியில் தென்படும் ஏதாவது ஒரு மலரைப் பார்த்து, ஏமாந்து போய், அதை முகர்ந்து விட்டால், அது ஒரு பெரிய குற்றமா... நீரா?” அவன் தன் குறைகளை இப்படி விஸ்தரிக்கும் போது நீராவின் இதயம் குட்டிக் கரணங்கள் போடும்.

"இதோ பார் நீரா, உன்னிடம் இருந்து பிரியத்தைக் கேட்பதால் நான் உயர்வே அடைகிறேன். ஆணுக்கு ஆர்வமும் மன எழுச்சியும் வளரவளரத்தான் அவன் பெண்ணின் மனத்தில் உன்னத இடம் பெறுகிறான். அதை விட்டுப் பெண் தன்னை அடக்குகிறாளே என்று பயந்து அவன் தன் காமத்தைத் தணிக்க முயன்றால் அவள் திருப்தி கொள்ள மாட்டாள்." அவன் இப்படி பேசுவதெல்லாம் வீண் சாகசமா?

நிலாவொளியில் சற்று முன் தோன்றிய அவன் முகம் மறுபடியும் நீராவின் மனக் கண் முன் நின்றது. ஆமாம். அவன் அவளை ஏமாற்ற வேண்டுமென்றுதான் அப்படி இரக்கத்துடன், பேசுகிறான். காதல் விஷயத்தில் அவளை இப்படி முறியடிக்கலாமென்றால், அந்தச் செக் விஷயத்திலும் அப்பாவை ஏமாற்றியிருக்கலாமல்லவா? அம்மாவை என்னமோ நன்றாக மயக்கிவிட்டான். அவன் எல்லாவற்றையும் துப்புத்துலக்கி அலசிப் பார்த்துவிடப் போகிறான் என்று அவள் நம்பியிருக்கிறாள். ஆனால் அவன் அப்படி ஒன்றும் செய்யப் போவதில்லை என்று நீராவிற்குத் தெரியும். அப்படியானால் போகும்போது, "எல்லாம் தானாகவே வெளிவந்து விடும்" என்று சொல்லிவிட்டுப் போவானேன். ஆமாம், அவனாவது சங்கதியை ஆராய்வதாவது! இருந்தாலும் அவனுக்குத்தான் எத்தனை துணிவு? அப்பாவையே ஏமாற்றி விட்டானே!

அப்பாவிற்கு என்றைக்குமே சுந்தரிடம் அத்தனை பிடிப்புக் கிடையாது. அவன் சிறுவனாக இருக்கும்போது வீட்டிற்கு வருவான், மற்ற குழந்தைகளுடன் சேர்ந்து விளையாடுவான். அம்மா அவனை அன்புடன் நடத்துவாள். ஆனால் அவனுக்குக் கொஞ்சம் விவரம் தெரியும் வயது வந்ததும், அவன் அந்தப் பழக்கத்தைக் கொஞ்சம் கொஞ்சமாய் குறைத்துக் கொண்டான். கடைசியில் அது அடியோடு நின்றுவிட்டது. ஏன்? அப்பா அவனைத் தடுத்து விட்டாரா? இல்லை. அப்பா மனத்தை உணர்ந்து கொண்டு அவனாகவே வருவதை நிறுத்திக் கொண்டானா? அப்பா அவனிடம் பேசும்போது பற்றில்லாமல் எட்டி நிற்பது போல ஒருவிதமாகத்தான் வார்த்தையாடுவார்.

ஏதோ பழைய நண்பர் மகன், பிசினஸ் கூட்டாளி, காரிய காரணமாகப் பேசவேண்டுமென்பதுபோல் இருக்கும். அவர் பாவம் சத்ருக்னபுரியில், அவர்கள் கம்பெனிக் கிளை ஆபீஸைத் தொடங்கியதும், சுந்தரும் அவன் மனைவியும் அங்கே குடித்தனம் செய்யப் போனார்கள். அப்போதுதான் பல வருஷங்கள் கழித்து அவள் மறுபடியும் சுந்தரைச் சந்தித்தாள். இருந்தாலும் அப்பா உயிருடன் இருக்கும் வரையில் அவன் அவளிடம் நெருங்கிப் பழகவில்லை. ஏன் அப்பா ஏதாவது சொல்லி விடுவாரோ என்ற பயமா? இருக்கலாம். அவன் அவள் பேரில் அன்பு வைத்திருக்கிறான் என்று அவர் சந்தேகப்பட்டிருக்கக்கூடும். ஏன் என்றால், "சுந்தரிடம் ஜாக்கிரதையாகப் பழகு" என்று அவர் அவளை அடிக்கடி எச்சரித்திருக்கிறார்.

அப்பா சென்ற பிறகுதான் சுந்தர், அவளிடம் அவன் கொண்டுள்ள நேசத்தை வெளியிட்டான். அவளை வெகு காலமாக தன் மனத்தில் போற்றி வருவதாகச் சொன்னான். ஒரு வேளை... ஒருவேளை அப்பா இது விஷயத்தை முன்னதாகவே கண்டு கொண்டுவிட்டாரோ? அதை நினைத்ததும் நீராவின் முகம் குபீரென்று சிவந்தது.

என்னவானாலும் சரி, அப்பாவின் மதிப்பீடு எப்போதும் சரியாகத்தான் இருக்கும். அவன் மட்டமானவன். அவளை தன் இஷ்டப்படி நடந்து கொள்ளும்படி தூண்டுகிறான். போதாக்குறைக்கு அந்தச் செக் மோசடியையும் அவன் செய்திருக்கக் கூடுமென்று இப்போது தெரிகிறது. அவன் எதற்காக அதைச் செய்ய வேண்டும்? அவனுக்கென்ன பணமில்லையா? பிசினஸோ கிளை பாய்ந்து கொண்டு வருகிறதே... பின்?

ஓகோ! ஒருவேளை பாகீரதிக்கு உதவ வேண்டுமென்று அப்படிச் செய்தானோ? அந்தச் செக் சம்பவம் நடக்கும்போது அவன் பாகீரதியுடன் உறவு கொண்டாடுவதாக ஊரில் பேச்சு நடந்து கொண்டிருந்தது. அவளைத் தன் பின்னோடு சீமைக்குக் கூட அழைத்துச் சென்றதாக ஒரு வதந்தி. அதற்கெல்லாம் அதிகமான பணம் தேவையாக இருந்திருக்கலாம். இல்லை, வேறு எந்த மாதோ... எந்த சினிமா நடிகையோ.... சீ........ சீ. ..... இவனையா

அவள் நேசித்தாள்? இப்படி ஒரு மோசம் செய்தவனையா அவள் விரும்புகிறாள்?

அப்படித்தான் செய்தான் என்றாலும் அந்தக் குற்றத்தை முரளி மேல் சாட்ட எப்படித் துணிந்தான்? அதுவும் முரளியின் பெயர், மானம், அப்பாவிற்கு அவன் பேரிலிருந்த பிரியம் எல்லாவற்றையும் ஒரே முட்டாக அழித்து, அவன் வாழ்வைப் பாழாக்க அவனுக்கு எப்படி மனம் வந்தது? குழந்தைப் பருவத்திலிருந்து சகோதரனைப் போல் பழகியவனுக்கு இந்தத் துரோகமா?

அவள் அவனை தன் மனத்தைவிட்டு உமிழ்ந்துவிட நினைத்தாள். அப்படி நினைத்தாளோ இல்லையோ, அவள் அகத்தில் ஒரு பிளவு உண்டாயிற்று. நொய்மையான அவனுடைய அன்பின் பேரணைவு, அவளை ஆதரித்துக் காக்க வேண்டுமென்ற அவனுடைய வேட்கை, இவ்வளவும் பொய் என்று கூற அவள் உள்ளம் இணங்கவில்லை.

நீராவின் முகம் மறுபடியும் சிவந்தது. இந்த உணர்ச்சியைத்தான், உள நூல் விஞ்ஞானிகள் பெண்கள் தகப்பனாரின் ஆதரிப்பை அன்பனிடம் நாடும் ஏக்கமென்று விஸ்தரித்திருக்கிறார்களா? நீரா அப்படி எண்ணவில்லை. ஒவ்வொரு ஆணுக்கும் பெண்ணை இவ்விதமாய் வசப்படுத்தும் சத்தி இருக்கிறது. அது தகப்பனாராகத்தான் இருக்க வேண்டுமென்பதில்லை. பெண், அவள் சிறு பிராயத்தில், தகப்பனாரின் ஆதரவில் அனுபவித்த அமைதியையும், பூர்ணத்துவம் வாய்ந்த இன்ப வாழ்வையும், பக்குவமடைந்த பின்பும் நுகர விரும்புகிறாள். ஒரு அன்பன் அவளுக்கு அந்த மகத்தான பாதுகாப்பையும் அணைப்பையும் கொடுப்பானானால், அவள் - அவன் மேல் மையல் கொள்ளுகிறாள்.

இப்படி எல்லாம் சிந்தித்துக் கொண்டிருந்தவள் சட்டென்று படுக்கையில் எழுந்து உட்கார்ந்து கொண்டாள். எத்தனை அசட்டுத்தனமாய் அவள் இவ்வளவு நேரமாக சுந்தர் குற்றவாளியாக இருக்கக் கூடுமோ என்று எண்ணிக்

கவலைப்பட்டுக் கொண்டிருந்தாள்! அவன் எப்படியானால் அவளுக்கென்ன? அதை விட ஒரு பலத்த அடி அவளை வீழ்த்தி விடுமோ என்றல்லவா அவள் பயப்பட வேண்டும்? அவளுக்கு சுப்பாமணியின் மிரட்டல் நினைவிற்கு வந்தது. முரளி ஜாடையாகத் தெரிவித்த குறிப்புகளையும் எண்ணிப் பார்த்துக்கொண்டாள். எல்லாவற்றையும்விட அவளுக்கு பீதி ஊட்டிய சங்கதி, அம்மா சொன்ன விவரம்தான். அந்தச் சமயத்தில் அப்பாவிற்கு ஷேர் மார்க்கெட்டில் ஒரு பெரிய நஷ்டம் ஏற்பட்டிருந்தது. ஒருவேளை... ஒருவேளை... மேலே நினைத்துப் பார்க்கவே நீராவிற்கு கூச்சமாய் இருந்தது. சீ... சீ... அப்படி ஒரு போதும் இராது. அப்பாவா அப்படி செய்யக் கூடியவர்? அவரை இத்தனை தெரிந்திருந்தும் நீரா ஏன் இப்படி எண்ணுகிறாள்? ஆனால் அந்தச் சந்தேகப் புழு அவள் மூளையைத் துளைத்து வேதனை செய்தது. இதைவிட, குற்றவாளி சுந்தராக இருந்தால் கூடப் பரவாயில்லை.

★ ★ ★

காலையில் எழுந்தவுடன் முழங்கைப் புண் கொதகொதவென்று சிவந்து, நீர் கோத்துக்கொண்டு, சீறியிருப்பதை நீரா கவனித்தாள்.

அதிகாலையில் இத்தனை அவசரமாய் போனில் அவளுடன் பேச சுப்பாமணிக்கு என்ன சங்கதி இருக்க முடியும்? நீராவை இப்படி விசாரித்துக்கொண்டே அம்மா அவளுடைய கோப்பையில் காப்பியை ஊற்றினாள்.

நீரா முகத்தைச் சுளித்தாள். இரவு முழுவதும் அவள் தூங்கவில்லை. இப்போது கூட அவளுக்குத் தலையைக் கனத்தது. எழுந்தவுடனேயே மறுபடியும் அதே விஷயத்தைக் குறித்துப் பேச அவள் தயாராக இல்லை.

“நீலவேணிதான் சுப்பாமணியைக் கிளப்பிவிடப் பார்க்கிறாள்” என்று சுருக்கமாகப் பதில் சொன்னாள்.

“அவளா? எனக்குத் தோன்றவில்லை.”

“உன் பேரில் அவளுக்கு அகங்காரம். நான் கவலைப்பட்டால், உன் மனம் கஷ்டப்படும். அதைக் கண்ணாரப் பார்க்கத்தான் அவள் இந்தப் பாடுபடுகிறாள்.”

“நீரா, ஏன் இப்படிக் கடுமையாகப் பேசுகிறாய்?”

“பின் என்ன? நான் இப்படிக் குமைவதை அவள் பார்த்துக் கொண்டிருக்கிறாள். நான் குழம்பக் குழம்பத்தானே அவளுக்குத் திருப்தி!”

“அவளால் என்ன செய்ய முடியும்? ஏதோ அரைகுறையாகக் காதில் விழுவதைச் சுப்பாமணியின் காதில் போட்டு வைப்பாள். அவ்வளவுதான்.”

“அது போதாதா...”

அப்போது, “வரலாமா உள்ளே அக்கா?” என்று குரல் கொடுத்துக் கொண்டே பதிலுக்குக் காத்திராமல் சுப்பாமணி உள்ளே நுழைந்தான். நீரா பிரமித்துப் போய்விட்டாள். அவனுக்கு வெட்கமே கிடையாதோ?

“அப்பனே,. நேற்று அப்பாவைப் பற்றி ஏதோ அவதூறு சொன்னாய் என்று இரவெல்லாம் நீரா வேதனைப்பட்டுக் கொண்டு தூங்கவே இல்லை.” என்றாள் அம்மா.

“என்ன அக்கா, உங்கப்பாவை நான் ஏதாவது சொன்னேனோ?” சுப்பாமணி ஒரு குற்றமும் அறியாதவன் போல் விழித்தான்.

“இல்லையா? உன் தகப்பனார் பேரில் பழி வந்து விடுமென்றாயே!”

“அப்படிச் சொல்லவில்லை. தீர விசாரித்து விடு. இல்லாவிட்டால் வீணாக முரளி பேரில் பழியை ஏற்றினானென்று யாராவது வீண் பேச்சைக் கிளப்பப் போகிறார்கள், என்றேன்.”

“ஓகோ! உனக்கு அதைப்பற்றி ரொம்பக் கரிசனை இல்லையா?”

“ஆமாம். நீங்கள் எல்லோரும் நன்றாய் இருந்தால்தானே எனக்குப் பெருமை. மேலும் மீனாட்சிசுந்தர் ரொம்ப நேர்மையான

மனிதர். அவர் காதிற்கு இதெல்லாம் எட்டவேண்டாமென்று பார்த்தேன்."

"சரியாய்ப் போயிற்று. இன்று புது மாதிரியான பயமுறுத்தலா? நான் இணங்காவிட்டால், விஷயங்களை மீனாட்சிசுந்தரிடம் சொல்லி விடுவாயாக்கும்?"

"என்ன அக்கா, என்னை ரொம்ப மோசமாய் எண்ணிவிட்டாயே! அப்படி நான் சொன்னால்தான் அவர் என்னை நம்புவாரோ?"

அதுவரையில் பேசாமல் இருந்த அம்மா அப்போது சொன்னாள்: "அவர் நம்பவே மாட்டார். அப்பா சுப்பாமணி... எதற்காக இதையெல்லாம் கிளப்பிவிடுகிறாய்? நீரா வீணாகக் கவலைப்படுகிறாள். நான் ஒரு வழி சொல்லுகிறேன். நீ சோமு மாமாவைப் போய்ப் பார். அவர் உனக்கு வேண்டிய உதவி புரிவார். ஆமாம், பேசாமல் போ." அத்துடன் அவனை அனுப்பிவிட்டதாக எண்ணி கமலாம்பாள் உள்ளே போய்விட்டாள்.

அவள் சென்ற பின்பு சுப்பாமணி நீராவைப் பார்த்து தைரியமாகப் பற்கள் தெரிய இளித்தான். "யார் கண்டார்கள்! ஒரு வேளை மீனாட்சிசுந்தருக்கே தலையில் இடி விழப்போகிறதோ என்னமோ!"

"நீ என்ன சொல்லுகிறாய்? எனக்குப் புரியவில்லை."

"அக்கா, நீ இதைப்பற்றி யோசித்திருக்கிறாயா? முரளி அந்தக் காரியத்தைச் செய்யவில்லை என்று வைத்துக்கொள். அப்படியானால் அது யாராக இருக்கக் கூடும்? ஒருவேளை சுந்தர் தான்..."

"உன் துப்பறிவு ரொம்பப் பிரமாதம்தான். ஆனால் அனாவசியமாகப் பிறரைப் பழித்தால் வீணாக அகப்பட்டுக் கொள்ளுவாய்."

"நான் ஒருவரையும் பழிக்கவில்லை. சும்மா இப்படி

ஆலோசித்துக்கொண்டு போனேன். அவ்வளவுதான். சரி நான் வருகிறேன்."

அவன் கதவண்டை போனதும் நீரா கேட்டாள். "உன்னிடம் இப்படிச் சொல்ல ஏதாவது ருசு இருக்கிறதா?"

சுப்பாமணி தயங்கினான். "இருக்கலாம்" என்று இழுத்து விட்டான்.

"சுப்பாமணி, தயவுசெய்து மீனாட்சிசுந்தர் காதில் உன் சந்தேகங்களைப் போடாதே. பாவம், அவருக்கு வயதாய் விட்டது. சுந்தர் அவருடைய ஒரே மகன்."

"எனக்கு எதற்கு அக்கா இந்த விவகாரங்கள் எல்லாம்? ஏதோ நான் ஒரு சின்ன சிபாரிசு கேட்கிறேன். அது நடந்துவிட்டால் திருப்தியுடன் போய் விடுவேன்." சுப்பாமணி அவளை அர்த்த புஷ்டியுடன் பார்த்துவிட்டு, பிறகு உரக்கச் சிரித்துக் கொண்டே போய்விட்டான்.

அவன் ஒரு கிராதகன். அவளைப் பயமுறுத்தி தன் காரியத்தைச் சாதித்துக் கொள்ளப் பார்க்கிறான். ஆனால் இதில் எத்தனை பாசாங்கு, எத்தனை நிஜம் கலந்திருக்கிறது? சிந்தாமணி அவளிடம் இரவில் போனில் பேசியதை ஒட்டுக் கேட்டுவிட்டு நீலவேணி வெளியிட்ட செய்தியை மாத்திரம் வைத்துக் கொண்டு இத்தனை ஜாலக்குச் செய்கிறானா? இல்லை, ஏதாவது ருசுக்களை ஒளித்து வைத்துக்கொண்டு அப்புறம் அவற்றை வெளியிடலாமென்று இருக்கிறானா? அப்புறம் மீனாட்சிசுந்தரிடமோ சோமு மாமாவிடமோ சொல்லுவதாக பயமுறுத்துகிறானே... அது பொய்யா... நிஜமா?

அவளுக்கு மிகவும் வேண்டியவர்கள் இருவரையும் பற்றி அவன் அவதூறு சொல்லுகிறான். நினைத்துப் பார்த்தால் அதில் ஒன்றுமிருக்காது என்றுதான் தோன்றுகிறது. அவள் பகுத்தறிவு அவளுக்குச் சமாதானம் சொல்லுகிறது. சுந்தருக்கு அப்படி எல்லாம் செய்து ஆகவேண்டியது ஒன்றுமில்லை. அப்பாவும் அத்தகையான மனிதர் இல்லை. இருந்தும்,

சங்கதிகள் ஒளி மறைவு இல்லாமல் வெளியாகும் வரையில் அவளுக்குச் சுப்பாமணியைப் பார்க்கும் போதெல்லாம் பயம்தான் உண்டாகும்.

‘அப்பாடா நல்லவேளையாக சீக்கிரம் தொலைந்து போனான்’ என்று எண்ணியபடி நீரா அப்பாவின் சாய்மான நாற்காலியில் சாயப்போனாள். அந்தச் சமயத்தில் சோமு மாமா உள்ளே வரவே, அவள் திடுக்கிட்டவாறு முன்னால் தாவி எழுந்தாள். பிறகு தாறுமாறாக அவிழ்ந்து புரண்டு கொண்டிருந்த தன் கூந்தலை, சேர்த்துப் பிடித்து அவசரமாகக் கட்டிக் கொண்டாள்.

“என்ன மாமா, அதிகாலையில் இப்படி.....” என்று ஆரம்பித்தவள், அவருக்கு மூச்சு வாங்குவதைப் பார்த்து, “உட்காருங்கள், மாமா இரைக்கிறதே... மாடி ஏறி வந்தீர்களா? ஓகோ, இந்தச் சமயத்தில் ‘லிஃப்ட்’ இருந்திருக்காது. ஏன் இந்த அவசரம்?”

அவள் அவருக்காக நாற்காலியை இழுத்துப்போட்டு, அவரை அமரச்செய்தாள். பிறகு, ‘நீலவேணி’ என்று கூப்பிட்டாள். என்ன ஆச்சர்யம்! அவள் கதவு மறைவில் இருந்திருக்க வேண்டும். கூப்பிட்டவுடன் வந்துவிட்டாள்.

“மாமாவிற்குக் காப்பி கொண்டுவா. அம்மாவை வரச்சொல்லு” என்றாள்.

அதற்குள் அம்மாவே வந்து விட்டாள். சோமு மாமாவைக் கண்டதும் அன்புடன் உபசரித்தாள்.

“வாருங்கள், சௌக்கியம்தானா?”

“அம்மா, மாமா மூச்சு வாங்க மாடி ஏறி வந்திருக்கிறார்” என்றாள் நீரா.

இதற்குள் சோமு மாமாவிற்கு இரைப்பு நின்றது. அவர் சொன்னார் “ஒன்றுமில்லை அம்மா, சும்மா உன்னைப் பார்த்து விட்டுப் போகலாமென்று வந்தேன்.” என்றார் அவர்.

அவர் முகத்தில் சாத்வீகக் களை; பாக்குக் கொட்டைக்

கண்கள் அவளை அன்புடன் நோக்கின. சுப்பாமணியின் குரூரத் தோற்றம் அவள் கண் முன் நின்றது.

“மாமா, உங்களைப் போல் எல்லோரும் இருந்துவிட்டால், அப்புறம் உலகம் வேறுவிதமாய் மாறிவிடும்” என்று நீரா உருக்கத்துடன் சொன்னாள்.

“அப்படிச் சொல்லாதே” அவர் வெட்கத்துடன் தன் உருண்டை உடம்பை முறுக்கி விட்டுக்கொண்டார். அது எத்தனை உண்மையானாலும் சோமு மாமாவிற்குப் புகழ்ச்சியை ஏற்க லஜ்ஜையாய் இருக்கும் என்று நீரா எண்ணிக் கொண்டாள்.

“நேற்று நீ வந்துவிட்டுப் போனதிலிருந்து முரளியை நினைத்து என் மனம் ரொம்ப கிலேசப்பட்டது. அவன் நல்ல பிள்ளை. உனக்கும் அவன் பேரில் மிகவும் பிரியம். ஒருக்கால் அவன் இந்தக் குற்றத்தைச் செய்யாமல் இருந்திருக்கக் கூடுமென்ற நம்பிக்கையில்தான், நீ என்னிடம் விஷயங்களைப் பற்றி தீர விசாரித்தாய் என்று எனக்குத் தெரிந்து விட்டது. அதனால் முரளியிடம் போய்ப் பேசினால் ஏதாவது தகவல் கிடைக்கலாமென்று நினைத்து, நேற்று நீ போனபிறகு நான் அவன் வீட்டிற்குப் போனேன். அங்கே அவனில்லை. அவன் மனைவி ராதா இருந்தாள். பொதுவாகப் பேசுவது போல் பேசி, அவள் சந்தேகங் கொள்ளாதபடி, பல விஷயங்களைக் கேட்டுத் தெரிந்து கொள்ளலாமென்று அவளிடம் பேச்சுக் கொடுத்தேன். அப்போது ஒரு சங்கதி வெளிவந்தது. உன் தகப்பனார் ஏதோ ஒரு ருசுவை வைத்துக்கொண்டுதான் முரளியைத் தாக்கியிருக்க வேண்டும். தான் எத்தனையோ நாட்களாக வைர அட்டிகை ஒன்று வேண்டுமென்று ஆசைப்பட்டதாகவும், கையில் பணமில்லை என்று முரளி சாக்குச் சொல்லி வந்ததாகவும் ராதா சொன்னாள். ஆனால் என்னை இவர் ஏமாற்றி இருக்கிறார். கையில் பணமில்லாதவருக்கு ஷேர் மார்க்கெட்டு வியாபாரம் மாத்திரம் எப்படிச் செய்ய முடிந்ததாம்? என்னிடம் பொய் சொன்னார் அல்லவா... தக்க தண்டனை கிடைத்து விட்டது. ஷேர் மார்க்கெட்டில் நஷ்டம் வந்தது. அதுவும் போதாதென்று

அந்த விஷயம் அவர் பெரியப்பா காதிற்கும் எட்டிவிட்டது. அப்போது அந்தச் செக் விவகாரம் நடந்த சமயம். ஷேர் மார்க்கெட் கடனை அடைப்பதற்காகத்தான் இவர் செக்கை எடுத்துவிட்டார் என்று பெரியப்பா சந்தேகங்கொண்டார். என்னிடம் ஒரு சின்னப்பொய் சொன்னதற்காக எத்தனை பலத்த அடி பாருங்கள்” - ராதாவின் இவ்வார்த்தைகளை சோமு மாமா திரும்பச் சொன்னார்.

“இதற்கு மேல் எனக்கு அவளை மேலே தூண்டிக் கேட்கக் கஷ்டமாய் இருந்தது. அப்படியே புறப்பட்டு வந்துவிட்டேன். இதோ பார், நீரா! போனது போகட்டும். ஏதோ முரளி அசட்டுத்தனமாகப் பழைய சங்கதியை மறுபடியும் கிளப்பப் பார்க்கிறான். நீ அதற்கு இடம் கொடுக்காதே. அப்படிச் செய்தால் நஷ்டம் அவனுக்குத்தான்” என்றார் சோமு மாமா.

“அப்படி ஒன்றும் செய்வதாக எண்ணமில்லை. என்ன நடந்தது என்ற விவரங்கள் ஒன்றும் எனக்குச் சரியாகத் தெரியாது. உங்களை விசாரித்தால் விளங்குமென்று கேட்டேனே தவிர, வேறு யாரிடமும் இந்தச் சங்கதியைக் குறித்துப் பேசுவதாக எனக்கு உத்தேசமில்லை.” நீரா இப்படி அழுத்தமாகச் சொல்லிவிட்டு, அம்மாவை அர்த்த புஷ்டியுடன் பார்த்தாள்.

“ஏதோ அந்தப் பிள்ளை வந்து அங்கலாய்த்துக் கொண்டது. பார்த்தால் பரிதாபமாக இருந்தது. அதனால் நான்தான் ஏதாவது செய்ய முடியுமா பார் என்று நீராவிடம் சொன்னேன்” அம்மா மெதுவாக இழுத்துவிட்டுப் பேசினாள்.

“அவனாக இது விஷயத்தைக் கிளப்பிவிட்டது ரொம்ப அசட்டுத்தனம். ஏன் அவன் இதை அறிந்து கொள்ளவில்லை?” என்றார் சோமு மாமா.

நீராவின் நாசி கோபத்தினால் குறுகுறுத்தது. “ஒருவேளை அவன் அப்பா பேரில் பழியைச் சுமத்தப் பார்க்கிறானோ...”

“சீ.... சீ... அப்படி இருக்காது. முரளி அப்பேர்ப்பட்ட பிள்ளை இல்லை” என்றாள் அம்மா உறுதியுடன். பிறகு சோமு மாமாவின்

பக்கம் திரும்பி, "ஏதோ வளர்த்த வாஞ்சை, அங்கலாய்ப்பாக இருந்தது, விசாரி என்றேன். இப்போது இருப்பதைப் பார்த்தால், அவன்தான் குற்றவாளி என்பதற்கு ருசு கூட இருக்கிறாற் போல் தெரிகிறது. என்ன செய்யலாம்? பேசாமல் சங்கதியை அப்படியே அமுக்கிவிட வேண்டியதுதான்" என்றாள்.

சோமு மாமா விடைபெற்றுக்கொள்ள எழுந்தார். அந்தச் சமயத்தில் நீலவேணி காப்பியும் கையுமாக அங்கே வந்தாள்.

"வாருங்கள், காப்பி சாப்பிட்டுவிட்டுப் போகலாம்" என்று சொல்லியபடியே அம்மா அவரை அடுத்த அறைக்கு அழைத்துப் போனாள். போகும்போது, "பாகீரதி செளக்கியமா..." என்று அம்மா சர்வசாதாரணமாகக் கேட்டாள்.

சோமு மாமா நாணத்துடன் முகத்தைக் கவிழ்த்துக்கொண்டார். பிறகு அவசரமாய்த் தலையை ஆட்டிக்கொண்டே திரைக்கு அப்புறமாக மறைந்து போனார்.

நீரா ஒரு நீண்ட சுவாசம் விட்டாள். விசாரணையை அத்துடன் நிறுத்திக்கொள்ளலாமென்று அம்மா சொன்னதும் அவளுடைய அந்தரங்கத்தில் புரளும் கலக்கம் அடங்கிற்று. ஆனால் முரளி ? அவள் கண்கள் கோபத்தால் பளபளத்தன. ஆமாம். நிச்சயமாக அப்பாவின் பெயருக்கு இழுக்கு வரவேண்டுமென்றுதான் முரளி இது விஷயத்தைக் கிளப்பி விட்டிருக்கிறான். அது எப்படி முடியும்? ஓகோ! ஒருவேளை சுப்பாமணியை, அவன்தான் தூண்டிவிட்டிருக்கிறானோ.... ஆனால் அதற்கு வேண்டிய ருசு அவர்களிடம் என்ன இருக்க முடியும்?

அப்போது நீலவேணி எண்ணெய்க் கிண்ணத்துடன் அங்கே வந்தாள். "எண்ணை தேய்த்து விடட்டுமா?" என்று நீராவைக் கேட்டாள். நீராவின் பார்வையில் வெறுப்பு ஒன்று ஓடிற்று. ஒட்டுக் கேட்பதற்கு இந்தச் சாக்கு வேறா என்று எண்ணிக்கொண்டே, "வேண்டாம், எனக்கு வெளியே போக வேண்டும், வேலை இருக்கிறது. வெந்நீர் எடுத்து வை" என்று சொல்லிவிட்டு, கையில் இருந்த தினசரியைப் புரட்டினாள்.

ஆனால் நீலவேணி அப்பால் போகாமல் அங்கேயே நின்றாள். ஏதோ சொல்ல வேண்டுமென்றுதான் அப்படி நிற்கிறாள் என்று தெரிந்தும், நீரா அவளைக் கவனிக்காமல் பத்திரிகை படிப்பதில் ஆழ்ந்தாள்.

"சுப்பாமணி சற்றுப் பொல்லாத பேர்வழி, என் அத்தான் தான். இருந்தாலும் நான் சொல்லுகிறேன். நீ அவனிடம் பேசும்போது கவனமாய் இரு" என்றாள் நீலவேணி. இதற்கும் நீரா பதில் பேசவில்லை. அவள் சிறிது நேரம் நின்று விட்டுப் போய்விட்டாள்.

நீராவிற்கு ஒரு விஷயம் தெளிவாயிற்று. விசாரணையை நிறுத்த முடியாது. அப்படிச் செய்ய சுப்பாமணி விட மாட்டான்.

நீரா குளித்துவிட்டு முறையாகத் தன்னை ஒழுங்குபடுத்திக் கொண்டாள். சாவதானமாக ஆடைகளை எடுத்து மடித்து வைத்தாள்; பிறகு பெட்டியை ஒழித்தாள். அவள் காரியம் ஒவ்வொன்றும் திருத்தமாகவும், நேர்த்தியாகவும் இருந்தது. தோற்றத்தில் மேல் பூச்சு கிடையாது. ஆனால் செயலில் பாங்கு, ஒய்யாரம், நேர்த்தி இவை பொருந்தியிருந்தன. இதைப் பற்றி டாக்டர் சிந்தாமணி அடிக்கடிப் பேசுவதுண்டு.

அதற்கு ஏற்றாற் போல் அப்போதும் அவன் அங்கே தோன்றினான். அமெரிக்கையுடன் சோபித்த அவளுடைய சொகுசான ஆடை அலங்காரங்களைக் கண்டு, "நாஸுக்கு, நாகரிகம், ரசிக உணர்ச்சி, ஆனால் பகட்டில்லை" என்று தனக்குள் முணுமுணுத்துக் கொண்டான்.

"என்ன சொல்லுகிறீர்கள்?" என்று நீரா சிரித்தாள்.

"பாராட்டு உனக்குப் பிடிக்காது. அதனால் சொல்ல வேண்டியதை வாய்க்குள்ளேயே சொல்லிக்கொண்டேன்" என்று பதிலளித்தான் அவன்.

"உட்காருங்கள்" நீரா அப்பாவின் உருண்டை நாற்காலியில் அமர்ந்தபடி, தன் கரத்தைத் தூக்கி, அதன் கைத்தண்டின்

மேல் வைத்தாள். அப்படிச் செய்ததும், டாக்டர் அவள் முழங்கையைக் கவனித்துவிட்டார்.

“ஓகோ! அப்படியா சங்கதி? இரவில் தூங்கவில்லையா? எதற்காக வீணாக மனத்தைப் போட்டுப் புண்படுத்திக் கொள்கிறாய்? சரி வா, இப்படி.... நல்லவேளையாக தோல்பை என்னிடம் இருக்கிறது. ஊசி போடுகிறேன்.”

“சாப்பிட வருகிறாயா நீரா” என்று கேட்டபடி அம்மா அங்கே வந்தாள். “இதுவும் தொடங்கி ஆகிவிட்டதா? இதொன்றுதான் பாக்கி. நீரா என்றுதான் நிம்மதியாக வாழப் போகிறாளோ!” என்று அங்கலாய்த்துக் கொண்டாள்.

டாக்டர் சிந்தாமணி குனிந்தபடியே நீராவின் கரத்தில் ஊசியை அழுத்தினான். “நிம்மதியாவது... வாழ்விற்கு என்ன குறைவு? வேண்டுமென்றே மனத்தை அலட்டிக் கொள்ளுகிறது” என்று அவள் காதில் மாத்திரம் விழும்படி முணுமுணுத்தான்.

அம்மா உள்ளே திரும்பிப் போன பிறகு நீரா, “டாக்டர்” என்று மெதுவாகக் கூப்பிட்டாள்.

டாக்டர் பதில் பேசாமல் அண்ணாந்து பார்த்தபடி மச்சுப் பலகையை ஆராய்ந்து கொண்டிருந்தான்.

“டாக்டர், இது விஷயத்தைப் போட்டுக் குடைந்தால், வீண் குழப்பம்தான் மேலிடும்.”

“ரொம்ப சரி. அப்படியே எல்லாவற்றையும் விட்டுவிடு,” என்றான் டாக்டர். அவளைப் பார்க்க இஷ்டப்படாதவன் போல் அவன் கூரையையே கவனித்துக் கொண்டிருந்தான்.

“மேலும், போகப்போக முரளிதான் குற்றவாளி என்று ருசுவாகிறது. ராதா வாயிலிருந்தே நிஜம் வெளி வந்துவிட்டது.”

“அப்படியா? அவள் யாரிடம் அதைச் சொன்னாள்?”

“சோமு மாமாவிடம்?”

"அவர் அங்கே போனாரா"

நீரா தலையை ஆட்டினாள். பிறகு சோமு மாமா சொன்ன விவரத்தை அவனிடம் கூறினாள்.

"அப்படியானால் இதோடு நீ எல்லாவற்றையும் மறந்துவிடு."

இனிமேல் இது விஷயமாகப் பேச வேண்டியது ஒன்றும் இல்லை என்பது போல் டாக்டர் டக்கென்று எழுந்தான்.

ஆனால் நீரா யோசனையுடன் அமர்ந்திருந்தாள். டாக்டர் அவளைச் சற்று நேரம் கூர்ந்து பார்த்தபடி நின்றான்.

பிறகு, "இன்னமும் உன் மனம் திருப்தி கொள்ளவில்லை. இல்லையா, நீரா" என்று மிருதுவாகக் கேட்டான்.

அவள் தலையை அசைத்தாள். "முரளிதான் அதைச் செய்தான் என்று முடிவாக ருசுவாகும் வரையில்...."

"அப்படியானால் ஒன்று செய்" - டாக்டர் நைச்சியமாகப் பேசினான். "வா போவோம், நாமே ராதாவை நேரில் கண்டு விசாரிப்போம். என்ன காரணத்தினாலோ, எனக்கும் பூர்ண மனத்திருப்தி உண்டாகவில்லை. யார் என்ன சொன்னாலும் நாமே நேரில் கேட்பது போல் ஆகுமா?"

"சோமு மாமா பொய் சொல்லுவாரா?"

"நான் அப்படியா சொன்னேன்? என்னமோ, ஒருவேளை ராதாவுடன் பேசிப் பார்த்தால் ஏதாவது புது யோசனை சட்டென்று உதிக்கலாம்."

நீரா தயங்கினாள். "இத்தனை நாட்களுக்குப் பிறகு நானாக அந்தப் பெண்ணைப் போய்ப் பார்ப்பதா?"

"ஏன் கூடாது? அவள் கொஞ்சம் குணக்குறைவாக இருக்கலாம். அதனால் என்ன? உன் குணத்துடன் ஈடுகட்டிப் பார்த்தால் யார்தான் அதற்குப் போட்டியாக நிற்க முடியும்!"

டாக்டர் முகத்தில் ஒரு இனிய புன்னகை தவழ்ந்தது. அது அவனுடைய முகத்தைக்கூட அழகுபடுத்தியது. ஆனால் நீரா முகத்தைச் சுளித்தாள். அந்தப் புகழுரையை அவள் ரசிக்கவில்லை.

“சரி, வா. முதலில் சாப்பாட்டை முடித்துக் கொள்” என்று டாக்டர் அவளைப் பரிவுடன் அழைத்துச் சென்றான். நீராவும் மனமில்லாமலேயே புறப்பட ஆயத்தமானாள்.

ராதாவின் குணமும் மனோபாவமும் நீராவிற்குத் தெரியாத விஷயமில்லை. இருந்தாலும் இத்தனை நாட்களுக்குப் பிறகு அவளைச் சந்தித்ததும் நீரா பிரமித்துப் போய் விட்டாள். என்ன எடுப்பான அலங்காரம். ‘லே பாட்சிக் கொண்டை, உதட்டில் தீர்க்கமான சிவப்பு வரையல், முகத்தில் மேனிப்பூச்சு’... அவள் மினுக்கிக்கொண்டே நீரா முன் வீம்புடன் வந்து நின்றாள். ‘எங்கே என்னை ஆட்சேபி, பார்ப்போம்’ என்பது போல் இருந்தது அவள் பாவம்.

நீரா முரளியை நினைத்துப் பரிதாபப்பட்டாள். முரளிக்கு உள்ளன்பு இல்லாத, இப்படி வெளிப்பூச்சையும் பகட்டையும் நாடும் ஒரு மனைவி வாய்த்து விட்டாளே என்று அப்பாவிற்குக் கூட வருத்தம்தான். என்ன செய்வது? சுந்தர் சொல்வதுபோல், மணமான பின்பு மனைவியின் பலஹீனத்தை கணவன் கண்டு கொண்டால், அதற்கு என்ன வழி செய்ய முடியும்? பேசாமல்தான் இருக்க வேண்டும். முரளியும் அப்படித்தான் இருந்தான். ஆனால் அன்பிற்காக மாத்திரம் அவன் பிச்சை கேட்பதாக இல்லை. அந்த இடத்தில் மாத்திரம் மானத்துடன் ஒதுங்கிக்கொண்டான் என்ற சங்கதியை நீரா அறிவாள். அப்பாவைக்கூட எதிர்ப்பவள் ஆயிற்றே ராதா. அப்படி இருக்க நீராவையா அவள் மதிக்கப் போகிறாள். ஏனோ அவளுக்கு சுந்தரின் நினைவு வந்தது. ஒருவேளை சாயாவும் ராதாவைப் போல் அன்புள்ளம் படைக்காதவளா? அதனால்தான் அவன் அன்பை நாடி யாத்திரை போவதாகச் சொல்லுகிறானா?

ராதாவிற்கு வாழ்க்கையில் ஒரே ஒரு குறிதான் உண்டு.

அது 'தான்' என்ற ஆத்ம பூஜை; அதையொட்டியே அவள் தன் வீட்டை அலங்கரிப்பாள், கம்பளங்களை விரிப்பாள், திரைகளைத் துலங்கச் செய்வாள்... தண்டுகளை அடுக்கி வைப்பாள். பிறகு தன்னைச் சிங்காரித்துக் கொள்ளுவாள்.

முரளியின் வீடு மிக்க உயர்தர ரீதியில் அமைந்துள்ள ஒரு 'ஃபிளாட்'. அதை ராதா தன்னைப்போல் அழகுபடுத்தி வைத்திருந்தாள். அதாவது பளிச்சென்று கண்ணைப் பறிக்கும் பகட்டுடன் அது பிரகாசித்தது. ஜாடிகளில் ஜோடித்திருந்த பூ அலங்காரத்தைக் கண்டு நீரா கண்களைச் சுருக்கிக்கொண்டாள். ஒழுங்கற்ற அந்த ஜோடிப்பு அவளுடைய ரசனை உணர்ச்சியை உறுத்திற்று. அவள் நேர்த்தியான 'ஸொகெட்ஸு' என்னும் ஜப்பானிய முறையைப் பயின்றவள்.

நீராவிற்கு மாத்திரம் 'சிங்காரவீடு' பிடித்தமில்லையாவென்ன! அலங்காரம் செய்வதென்றால் அவளுக்கு மிக உற்சாகமாக இருக்குமே! ஆனால், ராதா அதை மிகைப்படச் செய்துவிட்டதாக அவள் நினைத்தாள்.

நீராவின் மார்பு விம்மியது. பெண்ணின் வாழ்க்கைதான் என்ன! எலி, கரப்பு, கரப்பான் என்று பண்டங்களை நாசம் செய்யும் இயற்கைப் பகைவர்களை விரட்டுவதே அவள் தொழில். வாழ்வின் தேய்வைத் தடை செய்வது அவள் கடமை. மற்றொரு புறம் அழுக்குடன் சதா குஸ்தி செய்வது அவள் குறிக்கோள். துடைப்பது, அலம்புவது, மெழுகுவது என்று எப்போதும் உறுப்புகளைக் காப்பாற்றுவதிலேயே பெண் தன் வாழ்நாட்களைக் கழிக்கிறாள், ஆண் வெளியே போவான், ஊர் சுற்றுவான், கோட்டைகள் கட்டுவான். பெண் சுத்தம் செய்வாள். விளக்குவது, பெருக்குவது, தோய்ப்பது என்று அவள் சுத்தம் செய்வதிலேயே ஈடுபட்டிருப்பாள். வெளியே சென்று வரும் ஆண்களையும், குழந்தைகளையும் 'காலை அலம்புங்கள்', 'அதைத் தொடாதீர்கள், இப்போதுதான் விளக்கி வைத்தேன்,' 'குப்பையைக் கூட்டாதீர்கள், இப்போதுதான் பெருக்கினேன்' என்று அவள் சதா எச்சரித்துக் கொண்டே இருப்பாள்.

அப்பாடா! அபாரமான தன் சக்தியையும், ஊக்கத்தையும் பெண் இப்படியா அநியாயமாக வீண் அடிக்க வேண்டும்!

நீராவிற்கு வெட்கமாய் போய்விட்டது. அவளும்தான் எத்தனை சமயங்களில் 'அதை எடுக்காதீர்கள்', 'இதைத் தொடாதீர்கள்' என்று எச்சரித்திருக்கிறாள்!

என்ன அசட்டுத்தனம்! அப்பாவிடம் இத்தனை பழகியுங் கூட அவளுக்கு வாழ்க்கையின் பெருமதிகளை உணரத் தெரியவில்லையே... இனிமேலாவது இந்தக் குறையில்லாத வாழ்வை விட்டு...

டாக்டர் பேசவாரம்பித்தான். "நீராவுக்கு உன் அட்டிகையைப் பார்க்க வேண்டுமாம். அதைப்போல் ஸ்ரீவித்யாவிற்கும் ஒன்று வாங்கலாமென்று யோசனை."

ராதா அவனை உதாசீனத்துடன் பார்த்தாள். டாக்டர் என்ற முறையில் அவனுக்கு அவளோடு கொஞ்சம் பழக்கமுண்டு. இருந்தாலும், "இவன் எங்கே இங்கே வந்தான்?" என்ற மாதிரியில் ராதா அவன் மேல் அலட்சியத்துடன் தன் கண்களை வீசினாள்.

"அட்டிகை ஏது? அதுதான் உன் தகப்பனார் என் ஆசையில் மண்ணைப் போட்டு விட்டாரே!" நீராவைப் பார்த்து அவள் கசப்புடன் பேசினாள்.

"என் தகப்பனாருக்கும் அதற்கும் என்ன சம்பந்தம்?"

"இல்லையா? பின்? எனக்கு அட்டிகை வாங்கித்தர ஆசைப்பட்டுக் கொண்டுதான் அவர் ஷேர் மார்க்கெட்டில் பணம் திரட்டப்பார்த்தார். ஏதோ துரதிர்ஷ்டம், நஷ்டம் வந்துவிட்டது. அதையும் எப்படியோ சமாளித்துக் கொண்டார். உன் தகப்பனார் விட்டாரா? இவனுக்கு இந்த நஷ்டஈடு கட்ட எங்கிருந்து பணம் வந்தது? அந்தச் செக்கைத்தான் எடுத்திருப்பான் என்று முடிவுகட்டினார். இதென்ன அநியாயம்?. பிசினஸ்காரர்களுக்குப் பணம் வசூல் செய்ய எத்தனையோ வழிகள் இருக்கும்! இவரும் எத்தனை சொல்லி மன்றாடிப்

பார்த்தார்! உன் தகப்பனார் அவரை நம்பினாரா? அதோடு சரி. அப்புறம் எங்களுக்கு முன்போல் பிசினஸ் கொழுக்க எங்கே சௌகரியம் கிடைக்கும்? அதற்குப் பிறகு பணமேது - வைர அட்டிகை ஏது? ஏதோ வரும் சம்பளத்தில் பேசாமல் சாப்பிட்டுக் கொண்டு இருக்கிறோம்." ராதா அட்டிகை இல்லாத குறையை ஆத்திரத்துடன் சொல்லித் தீர்த்துக் கொண்டாள்.

இதற்கு மேல் அவளிடம் கேட்டு விசாரிக்க ஒன்றுமிருக்காது என்ற தீர்மானத்துடன், டாக்டர் போக எழுந்தான். நீராவும் எழுந்தாள். இருவரும் வாசற்கதவின் அருகில் போய் விட்டார்கள்.

அப்போது ராதா சொன்னாள். "யார் கண்டார்கள்? அந்த மோசடியை யார் வேண்டுமானாலும் செய்திருக்கலாம், அந்தச் சமயத்தில் ஷேர் மார்க்கெட்டில் பல பேர்களுக்கு நஷ்டமுண்டாயிற்று. உன் தகப்பனாருக்குக் கூட ஒரு பலத்த வீழ்ச்சியென்று கேள்வி. சுலபமாகப் பழியை இவர் மேல் சுமத்திவிட்டு, உன் தகப்பனார் தப்பித்துக் கொண்டு விட்டார் என்பது என் தீர்மானம். சொன்னால் இவர் ஒப்புக் கொள்ளுவதில்லை. ஏதோ மென்று விழுங்குகிறார். ஆனால் எனக்குச் சந்தேகம். அதற்குத் தகுந்தாற்போல் சுப்பாமணியும் வந்து உன் தகப்பனாரைப் பற்றி ஏதோ ஜாடையாக சொல்லிவிட்டுப் போனான். அதிலிருந்து என் சம்சயம் ஊர்ஜிதமாய் விட்டது" ராதா வேண்டுமென்றே குத்தலாகப் பேசிவிட்டு நீராவை விழித்துப் பார்த்தாள்.

நீராவின் கண்களில் தீப்பொறி பறந்தது. அவள் வெடுக்கென்று பதில் சொல்ல வாயெடுத்தாள். ஆனால் டாக்டர் அவளைப் பேச விடாமல் கதவருகே தள்ளிக் கொண்டு போய் விட்டான்.

"டாக்டர்!" வண்டியில் ஏறின பிறகு நீரா அவனைக் கெஞ்சும் குரலில் கூப்பிட்டாள். சத்ருக்னபுரி வாழ்க்கையில் அவனை அவசரமாகத் துணைக்கு அழைப்பது போல் இப்போதும் செய்தாள்.

"டாக்டர், ஒருவேளை அப்பாவே அந்தச் செக்கை

மாற்றியிருக்கலாமோ" அவளுக்கு அம்மா தற்செயலாக வெளியிட்ட ஒரு சங்கதி ஞாபகம் வந்தது. முரளியின் பிறந்த தின சமயத்தில்தான், அப்பாவிற்கு அந்த நஷ்டம் ஏற்பட்டது. முரளிக்கு செப்டம்பர் ஐந்தாம் தேதி பிறந்த நாள். அந்தச் செக் செப்டம்பர் நான்காம் தேதி கைமாறி இருக்கிறது. இந்த விவரங்களை நினைத்ததும் நீராவிற்கு பகீரென்றது. அவள் டாக்டரை கலங்கும் கண்களுடன் பார்த்தாள்.

"என்ன நீரா, இத்தனை அறிவுள்ள நீ கூட இப்படி முன்பின் யோசியாமல் சட்டென்று அப்படி ஒரு முடிவு கட்டுகிறாய்?" என்று அவன் நிதானத்துடன் கேட்டான்.

நீரா அவனைப் பயத்துடன் பார்த்தாள். "இவர்கள் எல்லோரும் சொல்லுவதைப் பார்த்தால்..."

"யார் என்ன சொன்னால் என்ன? உன் தகப்பனார் அவ்விதமாகச் செய்யக் கூடியவரா? அதை நீ யோசித்தாயா? எனக்கு அவரைத் தெரியாது - ஆனால் நீ சொல்லுவதிலிருந்து அவர் குணம் அப்பேர்ப்பட்டது என்று தெளிவாகிறது. அவரிடமோ பணம் சேர்க்க வேண்டிய வசதிகள் எவ்வளவோ இருந்தன. அப்படி இருக்க, அவர் எதற்காக வீணாகத் தன் நேர்மை விரதத்தை அழித்துக் கொண்டு இவ்வாறு செய்ய வேண்டும்? நீரா, நீ யோசித்துப் பார்."

"ஆனால் அதற்கு அத்தாட்சி?" நீரா கலவரத்துடன் கேட்டாள்.

"அதற்கென்ன? வீடு சென்றால் அவருடைய சொந்த பாங்கு புத்தகங்களையும் கணக்குகளையும் எடுத்துப் பார்த்தால் தானே தெரிகிறது. அவருடைய பாங்கும் கம்பெனி பாங்கும் ஒன்றா?"

"இல்லை, அவர் சந்திரா பாங்கில் தான் தன் சொந்தப் பணத்தை வைத்துக் கொண்டிருந்தார். கம்பெனிக் கணக்குகள் எல்லாம் பரதபுரி பாங்கில் இருந்தன. இப்போது கூட அங்கேதான் இருக்கின்றன."

"அப்படியானால், நம்முடைய சோதனை சீக்கிரமாகவே

முடிந்து விடுமென்று நினைக்கிறேன். நீ சந்திரா பாங்குப் புத்தகங்களையும், அவருடைய சொந்தக் கணக்குகளையும் மாத்திரம் பார்த்தால் போதும்"

நீராவிற்கு வெட்கமாகப் போய்விட்டது. அவசரப்பட்டு, நீண்டு ஆலோசிக்காமல், அவள் இப்படி ஒரு முடிவிற்கு வந்து விட்டாளே, டாக்டர் அல்லவா சமயத்திற்கு அவளுக்குப் புத்தி புகட்டினான். அவள் அவனை நன்றியுடன் பார்த்தாள்.

"உங்களைப் போல் யார் இப்படி ஆதரவு சொல்லுவார்கள்?" என்றாள்.

டாக்டர் அவள் கரத்தை மெதுவாகத் தட்டிக் கொடுத்தான். "நீ மிகவும் உறுதி கொண்டவள்... தைரியசாலி" என்றான்.

"யார்? நானா? அதுதான் இப்படி யோசிக்காமல் பதைத்தேனோ? நிதானமாக வீடு சென்று கணக்குகளைப் பரிசோதிக்க வேண்டுமென்ற யோசனை, நீங்கள் சொல்லாமல் எனக்காகவே தோன்றியிருக்க வேண்டுமல்லவா? அதை விட்டு இப்படி ஒரு குருட்டாலோசனை செய்தேனே.... நானா உறுதி கொண்டவள்?"

"உன்னிடம் அமிழ்ந்த உறுதியும் மனோதிடமும் அளவிட முடியாமல் இருக்கின்றன."

"என்ன!" நீரா திகைப்புடன் கேட்டாள்.

"ஆமாம். ஒரு குடும்பத்தைச் சீராக நடத்துவது, ஒரு காவியம் பாடுவது போல்... அல்லது ஒரு ராஜ்யபாரம் நடத்துவது போல் ஆகும். எத்தனை திறமை, எத்தனை ஆலோசனை... எத்தனை அடக்கம் இருந்தால், வாழ்வை ஒன்றாகச் சேர்த்து, முழுசாக உருவாக்கி, ஒரு கலைச் சித்திரமாகச் செய்யலாம்? இதற்கெல்லாம் மனவுறுதி வேண்டாமா? அதில்லை என்றால் நீ உன் வாழ்வை இப்படி அமைத்துக் கொண்டிருக்க முடியுமா?"

அவள் பேசும்போது 'இப்படியே குறையில்லாமல் என்றும் வாழ்' என்று சொல்லி யாரோ தன்னைக் கூண்டிற்குள் அழுத்தி,

கதவை இறுகச் சாத்துவது போல் நீராவிற்கு ஒரு திணறல் கண்டது.

அவள் திமிறிக் கொண்டு வெளியேறப் பார்த்தாள். "வேண்டாம், பழுதில்லாதவள் என்ற அந்தப் பட்டம் எனக்கு வேண்டாம்."

"சத்ருக்னபுரியில் உன்னைப் பாராட்டாதவர்கள் இல்லை."

"வீண் முகஸ்துதி! என்னைப் புகழ்ந்து பேசினால் அவர்கள் இச்சைகள் பூர்த்தி அடையுமென்று அப்படிச் செய்கிறார்கள். நானும் என் மதிப்பை மேலும் மேலும் உயரச் செய்ய, அவர்களுடைய பாராட்டுதலுக்கு அடிமைப் படுகிறேன். போலி மதிப்பு... போலித் துதி. டாக்டர்... என் வாழ்வே பொய் வாழ்வு. இதை நீங்கள் அறிந்து கொள்ளவில்லை!"

"நீ சொல்லுவதை என்னால் ஏற்க முடியாது. மற்ற சத்ருக்னபுரிப் பெண்களுக்கு அது பொருந்தலாம். சாயாவைப் பார். சுந்தர் அவளைக் கவனிப்பதில்லை. ஏன்? அவளுக்கு உள்ள நிறைவு கிடையாது. தாராள மனமும் இல்லை. சிக்கனத்தினால் அவள் நெஞ்சமே இறுகிவிட்டது. இப்படி உள்ளம் சுருங்கி இருப்பவர்கள் அன்பை மாத்திரம் எப்படிப் பெருக்கி வழங்க முடியும்? அவளுக்கு அன்பு கொடுப்பதிலும், லோபம் - இறுக்கம். அவள் அந்தரங்கம் சருகு போல் காய்ந்துவிட்டது. அன்பில்லாதவளைக் குறையில்லாதவளாகக் காணமுடியுமா? அடுத்தாற் போல்..." அவன் அவளை அர்த்த புஷ்டியுடன் பார்த்தான்.

நீராவிற்கு அப்போதுதான் மங்கலாகத் தன் நிலைமை விளங்கலாயிற்று. இவர்கள் எல்லோருமாகச் சேர்ந்து பிடிவாதத்துடன் அவளை ஒரு மேடை மேல் ஏற்றப் பார்க்கிறார்கள். அங்கேயே இருக்க வேண்டும் என்று பலவந்தப்படுத்துகிறார்கள். அவளும் அவர்களின் முகஸ்துதிக்கு உட்பட்டு அந்த நிலையில் தனித்து நிற்க முயலுகிறாள். இந்த முயற்சியினால் உண்டாகும் இறுக்கம் கூண்டில் அகப்பட்டுக் கொண்டு வெளிவரத் தத்தளிக்கும் உணர்ச்சியாக அவளுக்குப்

படுகிறது.

அப்பப்பா! குறையில்லாமல் இருக்க வேண்டுமென்று பிறர் தன் மேல் கட்டி இருக்கும் இந்தப் பொறுப்பை அவளால் தாளமுடியவில்லை. அப்படியே அந்த பாரத்தை அங்கேயே இறக்கிவிட்டு ஓடிப்போய் விட வேண்டும் போலிருந்தது. ஆனால் அந்தப் பிரச்னை.... முடிவாகாத அந்தச் செக்கின் விஷயம் குறுக்கே நின்றது.

வீட்டை அடைந்தவுடன் நீரா தன் உள்ளத்தை இரண்டாய்ப் பிய்த்துக் கொண்டாள். மின்சார விளக்கின் பொத்தானை அமுக்குவதைப் போல் சட்டென்று மனத்தை தன் சொந்த உலகிலிருந்து கிழித்து வேறு திக்கில் செலுத்தினாள்.

உள்ளே போனவுடன் இரும்பு அலமாரியைத் திறந்து அப்பாவின் கணக்குப் புத்தகங்களை எல்லாம் இழுத்துக் கீழே எறிந்தாள். பிறகு அப்படியே அவற்றை ஆராய்வதில் முழு மூச்சுடன் முனைந்தாள். டாக்டரும் சகாயம் செய்தான். சிறிது நேரத்திற்கெல்லாம் புத்தகங்கள் அந்த அறை முழுவதும் சிதறிக் கிடந்தன. இந்தக் களேபரத்திற்கு நடுவே, நீரா அலங்கோலத்துடன் உட்கார்ந்தபடி, தாள்களைத் துளாவிக் கொண்டிருந்தாள். முகத்தில் வேர்வைத் துளிகள் அரும்பி நின்றன; கண்களில் கவலை படர்ந்து விட்டது.

திடீரென்று, “டாக்டர், இதோ பாருங்கள்” என்று நீரா சந்தோஷத்துடன் கூவிக்கொண்டே கைவிரலால் ஒரு தாளைச் சுட்டிக் காட்டினாள். டாக்டர் குனிந்து பார்த்தான். ‘செப்டம்பர் ஐந்தாம் தேதி என்ற தலைப்பில் புரோக்கர் சுப்பராவிற்கு ஷேர் மார்க்கெட் நஷ்டஈடாக ரூபாய் இருபதாயிரம்’ என்ற விவரம் அவன் கண்களில் பட்டது.

“இது சந்திரா பாங்கு கணக்குப் புத்தகம். அதனால் அப்பா தன் சொந்தப் பணத்தைக் கொண்டு அம்மா சொன்ன அந்த ஷேர் மார்க்கெட் விவகாரத்தை முடித்தார் என்று முடிவாகத் தெரிகிறது.”

சந்தேகம் தீர்ந்தது. நீரா எழுந்து போய் ஆசுவாசத்துடன் நாற்காலி ஒன்றில் சாய்ந்தாள். 'உஸ், அப்பாடா' என்று பெருமூச்சுவிட்டாள். என்ன அசட்டுத்தனமாக அவள் அப்பாவைச் சந்தேகித்தாள்! என்ன மதியீனம்! சில தினங்களாக நெருக்கிய நெருக்கடியில், இயற்கைப் பகுத்தறிவையே இழந்து விட்டோமே. இல்லாவிட்டால் இப்படி அவசரமாக ஒரு தீர்ப்பு செய்திருப்போமா....

"உன் தகப்பனார் எல்லாவற்றையும் கிரமமாகச் செய்து வைத்திருப்பார் என்று எனக்கு அப்போதே தெரியும்."

"இனிமேல் வேறு வழியில்லை. நாம் திரும்பியும் முரளியைத்தான் சந்தேகிக்க வேண்டியிருக்கிறது. இல்லை என்றால்... சுந்தர்தான் அதைச் செய்திருக்க வேண்டும்" என்றான் டாக்டர்.

நீராவிற்கு இப்போது தைரியம் பிறந்து விட்டது. குற்றவாளி அப்பா இல்லை என்று ருசுவாகி விட்டது அல்லவா?

"சுந்தருக்கென்ன பணமில்லையா? அவன் ஏன் இதைச் செய்ய வேண்டும்?" என்று கோபமாகக் கேட்டாள்.

டாக்டர் விட்டுக் கொடுப்பதாக இல்லை. ஆனாலும் சமாதானமான தொனியில் சொன்னான். "அவன் ஒரு பங்காளி. கம்பெனி விஷயங்களை அறிந்தவன். ஊரில் இருந்தான். அதாவது சத்ருக்னபுரிக்கு அவன் மூன்றாம் தேதியே வந்து விட்டதாக நமக்குத் தெரியும். அவனுக்கு திடீரென்று ஏதாவது பணத்தட்டு உண்டாயிருக்கலாம். தற்காலிகமாய் எடுத்துக்கொண்டு, இரண்டாம் பேர் அறிவதற்கு முன் திருப்பி வைத்து விடலாமென்று யோசித்திருக்கலாம்."

"அப்படியானால் அப்பா ஏன் அவனைச் சந்தேகிக்கவில்லை? உங்கள் அபிப்பிராயப்படி அவருக்குச் சுந்தர் திரும்பிவிட்ட விஷயம் தெரிந்திருக்க வேண்டுமே?" நீரா டாக்டரை வென்றுவிட்டதாக எண்ணினாள்.

"அவர் கட்டாயம் அவனையும் சந்தேகித்திருப்பார். ஆனால் ருசு அகப்படவில்லை. முரளி விஷயத்தில் அவன் ஷேர்

மார்க்கெட்டில் நஷ்டப்பட்டு, அதற்கு ஈடாக இருபதாயிரம் கட்டியிருக்கிறான் என்று ருசுவாய் இருந்தது. அதனால் திரிசமம் செய்தவன் முரளிதான் என்று அவர் முடிவு கட்டும்படியாய் ஆயிற்று. நாமோ சங்கதி பூராவும் மறுபடியும் ஆராய்வதென்று ஆரம்பித்திருக்கிறோம். அதனால் சுந்தருடைய வர்த்தமானங்களைச் சுரண்டிப் பார்க்க வேண்டியதுதான். ஒரு வேளை உன் தகப்பனார் கண்ணிற்குப் புலப்படாத விஷயம் ஏதாவது நமக்குத் தெரியவரலாம் அல்லவா?"

நீரா திரும்பவும் எரிச்சலுடன் ஏதோ சொல்ல வாயெடுத்தாள். அப்போது டாக்டர் அவளை ஒரு தனி அக்கறையுடன், கூர்ந்து கவனிப்பதைக் கண்டு லஜ்ஜை கொண்டாள். உள்ளத்தின் அடிப்புரையில் ஒட்டிக் கொண்டிருக்கும் ரகசியத்தை அவன் அறிந்து விடுவானோ என்று அவள் பயந்தாள். அதற்காகக் கொஞ்சம் தணிவுடன், டாக்டரின் ஆலோசனையை ஆமோதிக்கும் மாதிரியில் பேச முயன்றாள்.

"நீங்கள் சொல்லுவது நியாயம். ருசு அமைந்து, இவன்தான் குற்றவாளி என்று தீரும் வரையில், நாம் எல்லாவற்றையும் ஆராய வேண்டியதுதான்" என்று மழுப்பினாற்போல் சொன்னாள்.

வாழ்க்கை அரங்கில், அவளுக்குக் கிடைத்துள்ள அனுபவங்கள் அனைத்தையும் அப்போது பக்க பலங்களாகத் தருவித்துக் கொண்டாள். அவள் பிறகு பட்சபாதமின்றி, பகுத்தறிவுடன் சங்கதியை விசாரிக்க வேண்டுமென்று உறுதி கொண்டாள். ஆனால் சுந்தர்....?

★ ★ ★

இரண்டு நாட்கள் கழிந்தன. உச்சிக்கால வேளையில், டாக்டரும் நீராவுமாக உட்கார்ந்து பேசிக்கொண்டிருந்தபோது, "என்னக்கா, சாப்பாடு முடிந்து விட்டதா?" என்று கேட்டுக்கொண்டே சுப்பாமணி அங்கே மறுபடியும் வந்து சேர்ந்தான். அவனை அறைக்குள் அழைத்து வந்த நீலவேணி கதவருகில் நின்று கொண்டு, திரையிடுக்கால், வேடிக்கை பார்த்தாள்.

“பிசினஸ் கொழுத்து வருகிறது என்றாயே! அப்படியானால், இந்த நடு மத்தியான வேளையில், அதைவிட்டு இங்கே வர உனக்கு எப்படிச் சமயம் கிடைத்தது?” நீரா ஏளனமாகக் கேட்டாள்.

சுப்பாமணியா இதற்கெல்லாம் அசைந்து கொடுப்பவன்? “நீ ஒருவேளை சீக்கிரமாக ஊருக்குப் போய் விடுவாயோ என்னமோ, நடுவில் வந்து பார்த்துவிட்டுப் போகலாமென்று வேலைகளை எல்லாம் அப்படியே போட்டுவிட்டு ஓடி வந்தேன்” என்று தாக்குப் பிடித்தான்.

“நீ கேட்பது நடக்காது, போய்விடு.”

“யோசித்துப் பேசு. நிச்சயம்தானா?”

“ஆமாம்.”

“அப்படியானால் உன்னிடம் நிஜத்தைச் சொல்ல வேண்டியதுதான். சுந்தர்தான் அந்தச் செக்கை மாற்றினான்.”

“என்ன!”. டாக்டரும் நீராவும் ஏககாலத்தில் கேட்டார்கள்.

“நீ வேண்டுமானால் பரதபுரி பாங்கில் இருக்கும் அவன் கணக்கை எடுத்துப் பார். அதில் அந்தத் தேதியில் இருபதாயிரம் ரூபாய் கட்டியிருக்கும்.”

நீரா முகம் வெளுத்து, விகாரம் அடைந்தது.

“உனக்கு இது விஷயம் எப்படித் தெரிய வந்தது?” என்று டாக்டர் கேட்டான்.

“நான் பிசினஸ் பண்ணுகிறவன். பலவித விவகாரங்களில் ஈடுபடும்போது இது மாதிரி விஷயங்கள் என் காதில் விழும்.”

டாக்டர் எழுந்து சுப்பாமணி முன் நின்று கொண்டான்.

“நீ என்ன நீராவை பயமுறுத்தப் பார்க்கிறாயா? உனக்கு என்ன தேவை சொல்” என்று கேட்டான். சுப்பாமணி

கொஞ்சம் தயங்கினான். டாக்டருடைய எதிர்ப்பு அவனுடைய தைரியத்தைக் கலக்கியது. பிறகு தன்னுடைய இயற்கை வீம்புடன், "நீராவிற்குத் தெரியும்" என்று சுருக்கமாய்ச் சொன்னான்.

நீரா அலட்சியத்துடன் அவனை நிமிர்ந்து பார்த்தாள். "நீ கேட்பது நடக்காது. நான் முறைகேடான வழியில் இறங்க மாட்டேன்."

டாக்டர் அவளைப் பெருமிதத்துடன் பார்த்தான்.

"அப்படியானால் இது விஷயத்தை நான் முரளியிடம் சொல்லுவதில் உனக்கு ஒரு ஆட்சேபணையும் இருக்காதே?" என்றான் சுப்பாமணி துடுக்குடன்.

டாக்டர் சுப்பாமணியின் தோள் மேல் தம் கைகளை வைத்து அழுத்திக் கொண்டான். "நீ கொஞ்சம் ஆபீஸ் பக்கம் போய் விட்டு சாயங்காலமாக வா. அதற்குள் நான் நீராவிடம் பேசி அவள் உன் இஷ்டப்படி செய்ய ஒப்புக் கொள்ளுவாளா என்று பார்க்கிறேன்" என்று சொல்லிக் கொண்டே அவன் சுப்பாமணியைக் கதவண்டை பிடித்துத் தள்ளினான்.

சுப்பாமணிக்கு சந்தேகமாக இருந்தது. ஆனால் டாக்டரின் கட்டளையை மீறி நடக்க அவனுக்குப் போதுமான துணிவு உண்டாகவில்லை. பேசாமல் போய் விட்டான். நீலவேணியும் அவனுடன் போய்விட்டாள் என்று தோன்றிற்று.

சுப்பாமணி போன பின்பு அவர்கள் கொஞ்சநேரம் பேசாமல் உட்கார்ந்திருந்தார்கள். டாக்டருக்கு விஷயம் ஒருவாறு விளங்கியிருக்கும். இருந்தால் என்ன? அவன்தான் அவளிடம் எப்போதும் அனுதாபம் காட்டுபவன் ஆயிற்றே! இப்போது மாத்திரம் தயங்குவானா?

அப்போது முரளி உள்ளே வந்தான். "ராதா போன் செய்தாள். நீ வீட்டிற்குப் போயிருந்தாயா?"

"இந்த ஊர் ஆண்களுக்கு ஆபீஸில் வேலையே கிடையாதா?" என்று நீரா அதிசயித்தாள்.

அவளுக்கு ஆச்சரியம் பொறுக்க முடியவில்லை. சத்ருக்னபுரியில் ஆணுக்குத் தன் ஆபீஸ் வாழ்வுதான் பிரதானம். அந்த உலகின் சாரமில்லாத பிரமாணங்களே, அவனுடைய வாழ்க்கைக் குறிக்கோள்கள். அக்குறிகள் அவனுக்குத் தகுந்தபடி அமையாவிட்டால், எப்படியோ சாக்குப் போக்குகள் சொல்லி தன்னைச் சமாளித்துக் கொள்ளுவான். ஆனால் வெளியே அவற்றைப் பற்றிப் பெருமை அடித்துக் கொள்ளத் தவற மாட்டான். உலகத்தார்களிடம், தன் உதார நோக்கங்களைப் பறையடிக்கும் அதே ஆண், வீட்டில் மாத்திரம் சிறுமையைக் காட்டுவான். அங்கே பெண்தான் அவன் ஆசாபாசங்களுக்கு இடம் விட்டு, அவனைத் தட்டிக் கொடுத்துக் கொண்டு போக வேண்டும்.

“முரளி, நீயும் ராதாவுமாகச் செய்த தந்திரம் பலிக்கவில்லை. அப்பாவுடைய சொந்த பாங்குக் கணக்கில் எல்லா விவரமும் இருக்கின்றன” என்று நீரா அவனை உரப்புடன் பார்த்தாள்.

“நீ சொல்லுவது எனக்கு விளங்கவில்லையே” என்று முரளி விழித்தான்.

“புரியும்படியாகச் சொல்லட்டுமா? அப்பாவிற்கும் அதே சமயத்தில் ஷேர் மார்க்கெட்டில் நஷ்டமுண்டாயிற்று. இது விஷயம் சமீபத்தில்தான் உனக்குத் தெரிய வந்தது என்று நினைக்கிறேன். உடனே ஒரு யோசனை. ஷேர் மார்கெட் நஷ்டத்தை ஈடுகட்ட நீ அந்தச் செக்கை உபயோகித்தாய் என்று அப்பா உன்னைப் பழித்த மாதிரி நீயும் ஏன் அப்பாவைக் குற்றம் சொல்லக் கூடாது? அவரும் அதே சமயத்தில் அதே மாதிரி நஷ்டப்பட்டிருந்தார். தொகை கூட அதே தொகைதான். வாஸ்தவம், அவரைப் பழிக்க ஒரு ருசுவுமில்லை. ஆனால் என்ன? உன்னை மாத்திரம் குற்றம் சொல்ல அப்பாவிடம் என்ன ருசுக்கள் இருந்தன?” நீரா அவனைக் கோபத்துடன் பார்த்தாள். “முரளி, உன் சூழ்ச்சி பலிக்கவில்லை. அப்பாவுடைய சொந்த பாங்குக் கணக்கில் எல்லா விவரங்களும் இருக்கின்றன. நீ தோற்றாய்” என்று சூடாகப் பொறிந்தாள்.

“நீரா! என்னை அத்தனை நீசனாகவா எண்ணி விட்டாய்? நானா பெரியப்பா பேரில் பழியைச் சுமத்த நினைத்தேன்?” முரளி திணறினான்.

“பின் யார் அப்பாவைக் குறைகூறும்படியாக ராதாவைத் தூண்டி விட்டார்கள்?”

“அவளுக்கு வருத்தம்; அவமானத்தினால் மனம் உளைந்து போயிருக்கிறாள். இவரால்தானே இத்தனையும் என்ற ஆத்திரத்தில் ஏதேதோ சொல்லிவிட்டாள் போலிருக்கிறது. ஆனால் நீ என்னை நம்பு. நான் பெரியப்பாவிற்கு துரோகம் எண்ணவில்லை. நான் நிரபராதி. அதைத்தான் அப்போதே பிடித்துச் சொல்லிக் கொண்டு வருகிறேன்.”

டாக்டர் சொன்னான். “இதோ பார், முரளி. நீ இப்படியே சாதித்துக் கொண்டு போவதில் ஒரு லாபமுமில்லை. உன் கையில் ஏதாவது ருசு இருக்கிறதா?”

முரளி இல்லை என்பதுபோல் விசனத்துடன் தலையை ஆட்டினான்.

டாக்டர் எழுந்திருந்தான். “அப்படியானால் என்னுடன் வா. ஒரு காரியம் செய்வோம். எனக்கு ஒரு யோசனை தோன்றுகிறது. பரதபுரி பாங்கில் எனக்கு ஒரு நண்பருண்டு. அவர் உதவியைக் கொண்டு ஏதாவது துப்புக் கிடைக்கிறதா பார்ப்போம். வா”

★★★

அவர்கள் போய்விட்டார்கள். நீராவிற்கு விஷயம் விளங்கிவிட்டது. டாக்டருக்கு முரளி நிரபராதி என்ற அபிப்பிராயம்; சுந்தர் பேரிலும் சந்தேகம். அதற்குத் தகுந்தாற் போல் சுப்பாமணி வேறு எதையோ உளறிவிட்டுப் போயிருக்கிறான். அதனால் அவன் சுந்தரின் கணக்குகளைப் பரிசோதிக்கத்தான் போயிருக்கிறான் என்று நீரா கண்டுகொண்டாள். ஆனால் மேலே தொடர்ச்சியாக அவளால் சிந்தனை செய்ய முடியவில்லை. ஏன் என்றால் அந்தச்

சமயத்தில், ஒரு பெண்ணைக் கூட்டிக்கொண்டு, அம்மா உள்ளே வந்ததுதான் அதற்குக் காரணம்.

"யார் இது? இந்தப் பெண்?" என்று நீரா மனத்திற்குள் வியந்தாள்.

"இவள்தான் பாகீரதி; உன்னைப் பார்க்க வேண்டுமென்று வந்திருக்கிறாள்." என்றாள் அம்மா.

"மன்னிக்க வேண்டும். நான் இங்கே வந்து உங்கள் குடும்ப விஷயத்தில் தலையிடுவது சரியல்ல. இருந்தாலும் என் மனம் நிலைகொள்ளவில்லை. நான்கு நாட்களாக அவர் படும் பாட்டைப் பார்த்தவுடன் உங்களிடம் வந்து உண்மையைச் சொல்லிவிடுகிறது என்று தீர்மானம் செய்தேன்..." என்றாள் பாகீரதி.

"உண்மையா?" நீரா திகைத்துவிட்டாள். "அது உனக்குத் தெரிய நியாயமில்லையே!"

"ஏன் இல்லை?"

நீரா மனம் சுந்தரிடம் பாய்ந்தது. ஒருவேளை அவள் அவனிடம் பழகி வந்தபோது ஏதாவது தெரிந்து கொண் டிருந்தாளோ! இப்போது சுந்தரைச் சுட்டிக்காட்ட வந்திருக்கிறாளோ?

"உண்மை என்னவென்றால், இவருக்கு இப்போது போதாத காலம்; வெங்குவின் நடத்தையால், இவர் ரொம்பவும் துன்பப்பட்டு விட்டார். நஷ்டமும் பட்டுவிட்டார். ஆனால் எப்படி இருந்தாலும், என்ன பண நெருக்கடி உண்டானாலும், அவர் ஒருபோதும் உங்கள் சொத்தைத் தொடமாட்டார். அதைச் சொல்லத்தான் வந்தேன்" என்றாள் பாகீரதி.

பாகீரதியின் கண்களில் நீர் மல்கிற்று. ஆனால் அவள் முகத்தில் நிச்சயமும் அழுத்தமும் தோன்றின. நீராவிற்கு அவளையும் அறியாமல் பாகீரதியிடம் ஒரு மதிப்பு ஏற்பட்டது. அவள் இத்தனை அன்பையும் விசுவாசத்தையும் அந்தப் பெண்ணிடத்தில் எதிர்பார்க்கவில்லை. பாகீரதி சமூக முறைக்கு

மாறுபாடாக நடந்து கொண்டிருக்கலாம். ஆனால் அவள் மனவுறுதி படைத்தவள். உள்ளத்தில் கலக்கமிருந்தால் அது உண்டாகுமா?

"என்ன இருந்தாலும், உனக்கு இதெல்லாம் எப்படித் தெரிந்தது? சோமு மாமா கம்பெனி விஷயங்களை வெளியே பிரஸ்தாபிக்கும் வழக்கம் கிடையாதே" என்று நீரா கேட்டாள். அவள் மனம் மேலே விசாரணை செய்வதிலேயே முனைந்திருந்தது.

"சுப்பாமணி வந்து சொன்னான். ஏதோ கம்பெனிப் பணத்தை யாரோ அபகரித்துவிட்டதாக நீங்கள் சந்தேகப்படுகிறீர்களாம். அதற்காக விஷயத்தை நன்றாக ஆராயப் புறப்பட்டிருக்கிறீர்களாம். இதை அவன் இன்று காலை வெங்குவிடம் சொல்லிக் கொண்டிருந்தான். அதற்கு ஏற்றாற்போல் இவரும் நாலு நாளாக ரொம்ப கலங்கின மாதிரி தென்பட்டாரா? எனக்கு பயமாயிருந்தது. அவருக்கு எந்த அபாயமும் வர நான் பார்த்துக் கொண்டிருக்க மாட்டேன். எனக்கு வருத்தம் வந்த சமயத்தில், என்னை ஆதரித்த அவரை..."

நீராவிற்கு அவளைப் பாராட்ட மனம் வரவில்லை. இருந்தாலும் அத்தகைய நடத்தை, ஈடுபாடு பாகீரதியைக் கௌரவப்படுத்தியது என்பதையும் ஒப்புக் கொள்ளாமல் இருக்க முடியவில்லை.

"ஓகோ! சுப்பாமணி அங்கே எப்படி வந்து சேர்ந்தான் என்று பார்த்தேன். இப்போது புரிந்தது. அவனும் வெங்குவும் நண்பர்கள் ஆயிற்றே..." என்றாள் அம்மா.

"ஜோடிதான்" நீரா சுருக்கமாகச் சொன்னாள். பிறகு முகத்தை சரிப்படுத்திக் கொண்டு பாகீரதியின் பக்கம் திரும்பினாள்.

"இதோ பார், ஏதோ மோசடியைப் பற்றி எங்களுக்குள் பேச்சு நடப்பது என்னமோ வாஸ்தவம். ஆனால் அது நடந்தபோது சோமு மாமா கம்பெனியில் சேரவில்லை. அதனால் அதற்கும் அவருக்கும் யாதொரு சம்பந்தமும் இல்லை. நீ கவலையில்லாமல் போ..." என்று இனமான குரலில் சொன்னாள்.

பிறகு அம்மா அவளை மேலும் சமாதானப்படுத்தி வழியனுப்பினாள்.

நீரா பாகீரதியின் அன்பின் ஊற்றை நினைத்து மேலும் ஆச்சரியப்பட்டாள். இந்தப் பெண்ணிற்குத்தான் சோமு மாமாவிடம் எத்தனை விசுவாசம்! அந்த அன்பினால் தூண்டப்பட்டுத் தன் மானத்தைக்கூட விட்டு, இங்கே வந்திருக்கிறாளே! இத்தகைய அன்பைக் கண்டால் யாருக்குத்தான் விட மனம் வரும்? அதுதான் சோமு மாமா அவளை ஏற்றுக் கொண்டிருக்கிறார்! அதை உணராமல் ஏதோ சோமு மாமா இந்த வயதில் இப்படி நடந்து கொண்டு விட்டாரே என்று குன்றினோமே! வாழ்க்கையின் ரகசியங்களைப் புரிந்துகொள்ள தனக்குப் போதுமான அனுபவமுண்டாகி விட்டது என்று அவள் நினைத்தது தவறு.

சாப்பாடு ஆன பிறகு அம்மா சற்றுக் கண் அயர்வது வழக்கம். அவள் படுக்கச் சென்று விட்டாள். வீட்டில் உச்சி வேளையின் அமைதி. ஆனால் வெளியே சாலையில், பரதபுரியில் ஓயாமல் நடக்கும் வர்த்தகத் தொழிலைப் போல், கார்களும், பஸ்களும் நிற்காமல் சென்று கொண்டிருந்தன. அந்த இரைச்சல் வண்டின் ரீங்காரம் போல் (நொய்) என்று அவள் காதில் விழுந்து கொண்டிருந்தது. நீரா சாய்மான நாற்காலியில் சாய்ந்துகொண்டு, கண்களை ஆயாசத்துடன் மூடினாள். அப்போது நீலவேணி குரல் கேட்கவே மறுபடியும் கண்ணைத் திறந்தாள்.

“காலையில் நீ வெளியே போயிருந்தபோது சத்ருக்னபுரியிலிருந்து போன் வந்தது. மறுபடியும் மத்தியானம் அடிப்பதாகச் சொன்னார்கள். இப்போது அதுவரும் சமயம்தான்” என்றாள் நீலவேணி.

“சரி நான் பார்த்துக் கொள்ளுகிறேன், நீயும் படுத்துக் கொள்” என்று நீரா பதில் சொன்னாள்.

நீலவேணி அவளை ஒரு விதமாகப் பார்த்துவிட்டுப் போனாள். அந்தப் பார்வையின் பொருள். ‘வேண்டும், இவர்களுக்கு இதுவும்

வேண்டும், இன்னமும் வேண்டும், இத்தனை நாட்களாக மதம் பிடித்து அலைந்தார்களே, அதற்கு இது போதுமா...' இவ்வித உணர்ச்சிகள் நீலவேணியின் உள்ளத்தில் குமுறுவது நீராவிற்கு நன்றாகத் தெரிந்தது. ஆனால் அவள் அதைப் பொருட்படுத்தவில்லை.

அப்போது டெலிபோன் மணி அடித்தது. நீரா எழுந்து போய் அதை எடுத்தாள். மறுபடியும் அவர்.

"ஏன் நீ இன்னும் திரும்பவில்லை? இரண்டு நாட்களாக உன்னை எதிர்பார்த்துக் கொண்டிருக்கிறோமே! இன்று இரவாவது மயில் ராணியில் வருகிறாயா?"

"கொஞ்சம் சந்தேகம்..."

"ஏனோ?" அவர் குரலில் கடுகடுப்பு.

"இங்கே எதிர்பாராத விதமாக ஒரு சிக்கல். இருந்தாலும் வரப் பார்க்கிறேன். இல்லாவிட்டால் நாளைக்கு இதே ரயிலில் கட்டாயம் வருகிறேன்."

அவர் பதில் சொல்லாமல் போனை வைத்துவிட்டார். சத்ருக்னபுரிக்கு கட்டாயம் போய்த்தான் ஆக வேண்டுமா? ஆமாம். கடமை என்பது குறையில்லாதவளுக்கு ஒரு முக்கியமான பூஷணம். அவள் குறையில்லாதவளாக விளங்கும் வரையில் கடமை என்னும் அந்த மடமைக்கு உட்பட்டுத்தான் ஆகவேண்டும். ஆனால் குறையற்ற அந்தக் கூண்டிலிருந்து வெளி வந்துவிட்டால்?

3. ஒரு கணம்

அப்போது வாசல் மணி அடித்தது. நீராவே போய் கதவைத் திறந்தாள். அவன்.

"இன்று லட்சியப் பெண் எப்படி இருக்கிறாள்?" என்று சிரித்துக்கொண்டே கேட்டான் சுந்தர். பிறகு வாயில் வைத்திருந்த சிகரெட்டை வாசற்படியிலேயே உதறிவிட்டு, உள்ளே வந்தான். இரண்டு பேருமாக அறைக்குள் போனார்கள்.

"உங்களுக்கு நான் குறையில்லாமல் இருப்பதைப் பார்த்து ஆத்திரமாக இருக்கிறதா?"

"இல்லை. அந்த நேர்மை பாவம் எனக்குத் தடங்கலாக இருக்கிறது" அவன் அவளை விழுங்கிவிடுவது போல் பார்த்தான்.

ஆணின் மனோரதம் நெருப்பைப் போன்றது. அது நினைத்த சமயத்தில் உலகத்தையே உறிஞ்சிவிடத்தான் எண்ணும். அந்த உஷ்ண ஜ்வாலை, நாவை நீட்டி எல்லாவற்றையுமே விழுங்க நினைக்கும்.

"சுந்தர்... இந்த நடுத்தர வயதில்... உங்கள் இச்சை பரிகாசத்திற்கு இடம் கொடுக்கும்."

"காதல் வெட்கம் அறியாது. நீரா எனக்கு ஒரு வாய்ப்புக் கொடு. எந்த மனிதனுக்கும் இவ்வித எண்ணங்கள் சில காலமே நீடித்திருக்கும். வயதாக ஆக ஆவல்கள் அடங்கும். ஆர்வமும், காமமும் குறையும். உன்னை நான் ஒரே ஒரு நாளைக்கே வைத்துக்கொள்ள விரும்புகிறேன். அப்புறம்... அப்புறம்..." அவன் சிரித்தான். "நானும் அந்தக் கற்பு நிலையை அடைந்து விடுவேன்."

அவள் அவனை வெறித்துப் பார்த்தாள். ஆனால் அவன் மனோரதத்தை தான் நிறைவேற்றிவிட்டால் என்ன என்று அவளுக்கு ஒரு கணம் தோன்றிற்று. ஆமாம், ஒரு கணம். அந்த ஒரு கணத்திற்குள் அவன் வேண்டுமென்று கதறி அழைக்கும் அந்த அன்பைத் தழுவிக் கொண்டுவிடலாம்... ஆனால்.... ஆனால் அப்புறம் அது ஒரு யுகமாக மாறவேண்டுமென்று தோன்றி விட்டால்? அந்த நிமிடத்தை அப்படியே அங்கேயே விட அவளுக்கு மனஉறுதி இருக்காவிட்டால்? அதை எப்போதுமே வைத்துக்கொள்ள ஆசைப்பட்டு விட்டால்? நீரா நெடுமூச்செறிந்தாள். மனிதன் அவ்விதமாக ஆசைப்படுவதால்தான் அன்பின் ருசி அவன் வாயில் சாம்பலாகக் கரைந்து விடுகிறது.

"நீ என்னை நம்பவில்லை. ஆனால், நான் சொல்லுவது நிஜம். நீதான் என் வாழ்வின் குறி. மனிதனுக்கு அவனுடைய குறிக்கோள் கிட்டிவிட்டால், பிறகு வாழ்வு எதற்கு? உன்னுடன் ஐக்கியமான பிறகு..."

"இப்படி எத்தனை பெண்களை ஏமாற்றியிருக்கிறீர்கள்?" அவனை எதிர்த்துப் பேசினால் தன்னுடைய இதயத் துடிப்பு அடங்கும் என்று அவள் எண்ணினாள் போலும்.

"நான் வாழ்வில் உண்மையை நோக்கித் தேடி அலைந்தபோது, நீ முதலில் அகப்பட்டிருந்தால், நடுவே நடத்திய கபட நாடகம் தேவைப்பட்டிராது."

"சுந்தர்?"

"என்ன?"

"முரளி அந்தச் செக்கை எழுதின தினம் நீங்கள் பரதபுரியில் இருந்தீர்களா?"

"ஓ... நீ இளகிவிட்டாய் என்றல்லவா நினைத்தேன். நீ இளகும்போது, மிருதுவான பட்டு நூல் கைவிரலைச் சுற்றிக் கொள்ளுவது போல் என் இதயத்தை வளைத்துக் கொண்டு விடுகிறாய். நான் ஜயிப்பதைவிட நீ என்னை இப்படி வெல்லுவது எனக்கு மிக ருசியாக இருக்கிறது. அதை நான் சுகமாக ரசித்துக் கொண்டிருக்கும்போது ஏன் இப்படி குறுக்கே விரசமான கேள்விகளைப் போடுகிறாய்?"

"சொல்லுங்கள்."

"ஆரம்பித்து விட்டாயா? குறையற்றவள். மற்றவர்களைக் குற்றம் சாட்ட...." அவன் உதடுகளைக் கடித்தான். "ஆமாம், அன்று நான் பரதபுரியில் இருந்தேன். அதனால் என்ன?"

"அப்படியானால் எனக்கு ஒரு சந்தேகம்..."

"ஓகோ, அதுவேறா?"

அப்போது நீரா சிறிதும் எதிர்பாராத விதத்தில், டாக்டரும் முரளியும் அங்கே தோன்றினார்கள். அவர்கள் எப்படி உள்ளே வந்தார்கள் என்று அவள் யோசித்தாள். ஓகோ, சுந்தரைப் பார்த்த அதிர்ச்சியில் அவள் வாசற் கதவைத் தாழிட மறந்து போய்விட்டாள்.

"சுந்தர்! காரியம் முற்றிவிட்டது. இனிமேலாவது எங்களிடமிருந்து ஒன்றையும் ஒளிக்காமல் சொல்லிவிடு. முரளிக்கு நேர்ந்த அபகீர்த்தி மறையட்டும்" என்றான் டாக்டர். அவன் தனக்குள்ள இயற்கையான சாந்தத்துடன் பேசினான். ஆனால் சுந்தர் பேரில் அவனுக்குள்ள காரம் குரலில் கரகரத்தது.

"என்ன?" சுந்தர் விஷயம் புரியாமல் விழித்தான்.

“ஆமாம். நீதான் அந்தச் செக்கில் பொய் கையெழுத்துப் போட்டிருக்க வேண்டும்.”

“என்ன, என்ன? அவரா?” நீராவிற்கு நா குழறிற்று.

“ஆமாம்.” டாக்டர் நிதானத்துடன் பதிலுரைத்தான். “சுந்தர் செப்டம்பர் மூன்றாம் தேதியே சத்ருக்னபுரிக்கு வந்தாய்விட்டது. நான்காம் தேதி அவன் பரதபுரி பாங்குக்குப் போய் இருபதாயிரம் ரூபாய்களைப் பணமாக மாற்றி, தன் சொந்தக் கணக்கில் கட்டி இருக்க வேண்டும்.”

“நீங்கள் அவருடைய பாங்குக் கணக்கைப் பார்த்தீர்களா?”

நீரா கேட்ட கேள்விக்கு யாரும் பதில் சொல்லவில்லை. சில விநாடிகளுக்கு அங்கே மௌனம் நிலவியது. பிறகு முரளி அதைக் கலைத்தான்.

“பரதபுரி பாங்கு சீப் அகௌண்டெண்டு அதைப் பார்த்து, எங்களுக்கு விவரம் சொன்னான். அவன் சிந்தாமணியின் நண்பன்.”

“அதனால்...?” சுந்தர் வீம்புடன் கேட்டான். “என் பணத்தை நான் எப்படி வேண்டுமானாலும் கட்டிக் கொள்ளுகிறேன்”

டாக்டர், “நீ அதைப் பணமாக எடுத்துப் போவதற்குத் தகுந்த காரணம் இருக்க வேண்டும். சத்ருக்னபுரிக்கு நீ மூன்றாம் தேதி வந்தாய்விட்டது. குயில் ராணியில் அன்று இரவே இங்கே வந்து, இரவோடு இரவாக ஆபீஸுக்குப் போய், உன் சொந்தச் சாவியைப் போட்டுக் கதவைத் திறந்து, செக்கை எழுதி, மறுநாள் காலை அதைப் பணமாக மாற்றி, உன் கணக்கில் சேர்ப்பித்திருக்கலாம்.”

“கற்பனை ரொம்ப அழகானதுதான். ஆனால் அந்தப் பணம் என்னுடையது. நான் கம்பெனிப் பணத்தைத் திருடவில்லை” என்றான் சுந்தர்.

“அப்படியானால், அது எப்படி உன் கையில் வந்தது என்ற

விவரத்தை எடுத்துச் சொல்லு...”

“எனக்கு இஷ்டமில்லை.”

நீரா கெஞ்சினாள், “சுந்தர், இதை விளக்கிச் சொல்லாவிட்டால், நம் எல்லோருக்கும் ஆபத்து.”

சுந்தர் சீறினான். “என் சொந்த விஷயங்களைப் பற்றி நான் ஏன் விளம்பரப்படுத்த வேண்டும்?”

நீரா அவனை ஒரு திக்கற்ற தன்மையுடன் பார்த்தாள். அந்தப் பார்வையை எதிர்த்துப் போரிட அவனுக்கு வலிமை உண்டாகவில்லை.

‘நேர்மை... மேன்மை... கடமை...’ என்று கசப்புடன் சொல்லிக் கொண்டான் அவன். “சட்டத்தை மீறி ஒரு சிறிய தவறு செய்துவிட்டால் கூட அதை இப்படித் தூண்டித் துலக்க வேண்டுமா?”

“நீங்கள் சொல்லுவது எனக்கு விளங்கவில்லை.”

“சரி இதோ அழிந்து போகிறேன். வெளிநாட்டுக்கு அதிகமாகப் பணம் எடுத்துச் செல்ல நமக்கு அதிகாரம் கிடையாது என்பதுதான் உங்களுக்குத் தெரியுமே. சீமைக்குப் போன இடத்தில் ஒரு நண்பர் பணமில்லாமல் கஷ்டப்பட்டார். என்னிடம் இருந்ததைக் கொடுத்து அவருக்கு உதவினேன். திரும்பி வந்த தினமே அவர் எனக்குச் சேர வேண்டிய அந்தத் தொகையைப் பணமாகக் கொண்டு கொடுத்தார். எனக்குப் பரதபுரியில் ஒரு அவசர அலுவல் நீராவின் தகப்பனார்தான் சொல்லி அனுப்பியிருந்தார். பணத்தைப் பாங்கில் போடக்கூட சாவகாசமில்லை; அப்படியே அதை ஜேப்பில் திணித்துக்கொண்டு குயில் ராணியில் புறப்பட்டு இங்கே வந்து விட்டேன். மறுநாள் காலையில் அதை பரதபுரி பாங்கிலுள்ள என் கணக்கில் கட்டினேன். அன்று இரவு நான் குயில் ராணியில் வந்தது என்னமோ நிஜம்தான்” என்று கடைசியாகச் சொல்லி முடிக்கும்போது அவன்

டாக்டரைப் பரிகாசத்துடன் பார்த்தான். இருவருடைய கண்களும் நிதானத்துடன் சந்தித்துக் கொண்டன. ஆனால் அந்தப் பரஸ்பரப் பார்வையில் போட்டி இருந்தது போலும்.

“அப்போது, செப்டம்பர் மூன்றாம் தேதி அன்று நீங்கள் திரும்பி வந்த விஷயம் அப்பாவிற்குத் தெரியுமா?” என்று நீரா கேட்டாள்.

“தெரியுமே!” என்றான் சுந்தர். அந்தக் கேள்வியின் தாத்பரியத்தை அவன் உணரவில்லை. ஆனால் டாக்டர் புரிந்து கொண்டான்.

“நீ சொல்லுவதை எப்படி நம்புவது?” என்றான்.

“பணம் கொடுத்தவன் யார்?’ என்று முரளி கேட்டான்.

“எஸ். ஆறுமுகம்” என்றான் சுந்தர்.

“ஆ.... அவனா?” டாக்டர் உரக்கக் கூவிவிட்டான். இதைக் கேட்டு மற்றவர்கள் திகைத்தபடி அவனைப் பார்த்தார்கள்.

டாக்டர் விளக்கம் கூறினான். “எஸ். ஆறுமுகம்தான் நேற்று என்னிடம் சுந்தர், அவனுடன் சீமையிலிருந்து செப்டம்பர் மூன்றாம் தேதி, திரும்பி வந்ததாகச் சொன்னவன்.”

“அப்படியா? அப்படியானால், பண விஷயத்தையும் அவனிடமே கேட்டு ருசுப்படுத்திக்கொள்” என்றான் சுந்தர் அலட்சியத்துடன்.

பிறகு நீராவைப் பார்த்தான். அந்தப் பார்வையில் பொங்கும் ஆர்வம், இச்சை, பொறுக்க முடியாத கோபம், துடிக்கும் ஆவேசம் எல்லாம் கலந்திருந்தன.

“நீ சொல்வது நிஜமாகத்தான் இருக்க வேண்டும்.” முரளியின் முகத்தில் ஏமாற்றம்.

டாக்டர் தொப்பென்று நாற்காலியில் விழுந்தான். பிறகு முரளியைப் பார்த்தான். அந்தக் குறிப்பை உணர்ந்து அவனும் தலையைக் கவிழ்த்துக் கொண்டான்.

நீரா இதையெல்லாம் கவனிக்காமல் இல்லை. "முரளி, சுந்தர் திரும்பி வந்த விஷயத்தை அறிந்து, எல்லா சங்கதிகளையும் ஆராய்ந்து, அவரைக் குற்றம் சொல்ல ருசுவொன்றுமில்லை என்று அப்பா தீர்த்துக் கொண்டு விட்டார் என்பது இப்போது தெளிவாய் விட்டது. சோமு மாமாவைப் பொறுத்த வரையில் யாருமே அவரைச் சந்தேகிக்க இடமில்லாமல் இருக்கிறது. அப்போது நீதான் ஏதோ செய்திருக்கிறாய். அதை என்னிடமிருந்து ஒளிக்கிறாய் ஊம்... முரளி... அதென்னவென்று சொல்லிவிடு. இல்லாவிட்டால் நீதான் குற்றவாளி என்று முடிவு கட்டும்படியாக ஆகிவிடும்." நீரா கண்டிப்புடன் உரைத்தாள்.

முரளியின் முகத்தில் அசட்டுக்களை வழிந்தோடியது. "பெரியப்பா என்னைத் தனியாகக் கூப்பிட்டு விசாரித்ததும், அந்தப் பணம் எனக்கு எப்படிக் கிடைத்தது என்னும் விஷயத்தைச் சொல்ல நான் மறுத்துவிட்டேன். நிஜமென்னவென்றால்..." முரளியின் வார்த்தைகள் திக்கித் திக்கி வெளிவந்தன. "எனக்கு மிகவும் வேண்டிய பெண் ஒருத்தி, அதைக் கொடுத்து உபகாரம் செய்திருந்தாள். இது மாதிரி விஷயங்களில் பெரியப்பாவுடைய மனப்பான்மை எப்படியென்பது உனக்குத் தெரியும். அந்தப் பெண்ணின் பெயரை வெளிப்படுத்தினால், வீணாக அவள் அவமானம் அடைவாள். அதைச் செய்ய என் உள்ளம் கூசிற்று. சங்கதி ராதா காதில் விழுந்தால் ஆபத்து என்ற பயமும் இருந்தது. இக்காரணங்கள் எல்லாமாகச் சேர்ந்து என் வாயை அடைத்து விட்டது. நான் பிடிவாதமாகப் பதில் சொல்ல மறுத்ததும் பெரியப்பா நான்தான் குற்றவாளி என்று முடிவு கட்டினார். இப்போது கூட இது விஷயத்தைக் கிளப்பாமல் நிஜத்தைக் கண்டு கொள்ளலாமோவென்றுதான் பார்த்தேன்."

இதற்குள் நீரா எதையும் நம்புவதற்கில்லை என்ற ஒரு மன நிலையை அடைந்து விட்டாள். முரளியைச் சந்தேகத்துடன் கவனித்தாள் அவள்.

சுந்தரின் கண்கள் அங்கிருப்பவர்களைச் சுற்றி வந்தன. டாக்டரைக் கண்டு அவன் ஒரு ஏளனப் புன்னகை செய்தான்.

பிறகு, "ஓகோ! பெண்கள் பெயரைப் பாதுகாக்கும் ஆண் சிங்கம்" என்று சொல்லுவது போல் முரளியைப் பார்த்து இகழ்ச்சியாகச் சிரித்தான். அப்புறம், சாவதானமாக கைகளைச் சராய் ஜேப்புகளில் போட்டபடி, பரிகாசத்துடன் பேசவாரம்பித்தான்.

"நீங்கள் ஒருவரை ஒருவர் போட்டுப் பிய்த்துக் குமைந்து கொள்ளுவதைப் பார்த்து வேடிக்கையாக இருந்தது. அதுதான் கொஞ்ச நேரம் எல்லாவற்றையும் பார்த்து ரசித்துக் கொண்டு சும்மா இருந்தேன். ஆனால், குற்றவாளி யாரென்று எனக்குத் தெரியும்" என்றான் வீறாப்புடன்.

"என்ன!" மற்ற மூவரும் ஏக சமயத்தில் கூவினார்கள்.

"ரொம்ப நாட்களாகவே எனக்கு அது இன்னாரென்று சந்தேகமாக இருந்தது. கம்பெனிக் கணக்குகளைப் பார்வையிடும் போதெல்லாம் அந்தச் சந்தேகம் வலுக்கும். ஆனால் இதுவரையில் அதற்கு ஒரு ஆதாரமும் கிடைக்கவில்லை. இன்று என் சந்தேகம் தெளிந்து விட்டது. அந்தச் செக்கில் பொய்க் கையெழுத்துப் போட்டது, சோமு மாமாவாகத்தான் இருக்க வேண்டும்" என்றான் சுந்தர். ஏதோ குண்டைத் தூக்கிப் போட்டது போலிருந்தது அது.

அதைக் கேட்டவுடன் எல்லோரும் அதிர்ச்சியில் அப்படியே திக்பிரமை கொண்டு, சுரணையற்றுச் சமைந்து போய் விட்டார்கள்.

நீராதான் சமாளித்துக் கொண்டு சுந்தரைக் கோபத்துடன் எதிர்த்தாள். "இதை என்னால் ஏற்க முடியாது. கட்டாயமாக இதில் ஏதோ தவறு இருக்க வேண்டும். சோமு மாமாவா? சுந்தர், உங்களுக்கு என்ன பைத்தியமா? அவரைப் போல் யாருமே நேர்மையாக இருக்க முடியாது என்று அப்பாவே சொல்லி அவரைப் பூர்ணமாய் நம்பி வந்தாரே..."

"அவசரப்படாதே. எல்லாம் விவரமாகச் சொல்லுகிறேன்" என்றான் சுந்தர். "எனக்கும் முதலில் அப்படிச் சந்தேகப்பட ரொம்பக் கஷ்டமாகத்தான் இருந்தது. ஆனால் வெங்குவை

நினைத்துப் பார். இதுவரையில் வெங்குவின் சார்பாக சோமு மாமா எத்தனை செலவழித்திருக்க வேண்டும், யோசித்துப் பார்த்தாயா! நம் கம்பெனிக் கணக்கில் செலவு என்ற தலைப்பின் கீழ், 'பி. சூர்தாஸ்' என்ற பெயருக்கு அடிக்கடி பெரிய தொகைகள் கொடுத்திருப்பதைப் பார்த்து நான் இது யார்? என்று சோமு மாமாவைக் கேட்டேன். அப்போது சத்ருக்னபுரியில் சர்க்கார் மூலம் நமக்கு காரியங்கள் ஆகவேண்டும் என்கிற போதெல்லாம், இந்த ஆள் உதவுவதாகவும், அதற்காக அவனுக்கு அடிக்கடி 'ஃபீஸ்' கொடுக்கும்படி நேரிடுவதாகவும், அவர் சொன்னார். எனக்கென்னமோ யோசனையாக இருந்தது. சத்ருக்னபுரியில் நமக்கு வேண்டிய ஏஜண்டுகள் இருக்கிறார்கள். அவர்கள் எல்லோரையும் எனக்குத் தெரியும். அவர்களை விசாரித்துப் பார்த்தேன். ஒன்றும் தகவல் கிடைக்கவில்லை. மேலும் நம் ஆபீஸ் கிளை ஒன்று அங்கே இருக்கும்போது சோமு மாமா ஏன் ஒரு தனி ஆளை துணைக்குக் கூப்பிடவேண்டும்? என் சந்தேகம் வளர்ந்து வந்தது. ஆனால் அந்த பி. சூர்தாஸை எப்படிக் கண்டுபிடிப்பது என்று புரியவில்லை. சோமு மாமாவை அதற்கு மேல் தூண்டிக் கேட்டு வருத்தப்படுத்தவும் இஷ்டமில்லை; பேசாமல் காத்திருந்தேன்."

"சற்றுமுன் நீங்கள்தான் குற்றவாளியோ என்று கூட எண்ணத் தோன்றிற்று. சந்தர்ப்பங்கள் அவ்வளவு குறிப்பாக உங்களையே சுட்டிக்காட்டின. இதிலிருந்து தீர ஆராயாமல் ஒரு முடிவிற்கும் வரக்கூடாது என்று தெரிகிறது. சோமு மாமாதான் குற்றவாளி என்று சாதிக்குமுன் சங்கதிகள் யாவையும் நன்றாகப் பரிசோதனை போட வேண்டும்" என்றாள் நீரா.

"ரொம்பச் சரி, நானும் அதனால்தான் இதுவரையில் அந்தப் பேச்சையே எடுக்கவில்லை. இன்று தீர்மானமான ருசு கிடைத்துவிட்டது. அதுதான் சொல்லுகிறேன்" என்று நிறுத்தினான் சுந்தர்.

"சங்கதியைச் சொல்லு. பிறகு அதை எந்த மட்டும் நம்பலாமென்று நாங்கள் தீர்மானிக்கிறோம்" என்று டாக்டர் ஏளனமாகக் குறுக்கிட்டான்.

சுந்தர் டாக்டரை கோபத்துடன் பார்த்தான். "கொஞ்ச நாட்களாகவே சோமு மாமா சுப்பாமணியிடம் பிசினஸ் பண்ணுகிறாரோ என்று எனக்கு சம்சயம். நான்கு நாட்களுக்கு முன் நீராவின் தாயார் அந்த செக் சங்கதியைக் கண்டுபிடி என்று ரொம்பக் கேட்டுக் கொண்டாள். அப்போது எனக்கு ஒரு யோசனை உதித்தது. சுப்பாமணியை நேரில் கண்டால், ஏதாவது வெளியே கிளம்பலாமென்று தோன்றிற்று. அப்படியே மறுநாள் அவனைத் தேடிக்கொண்டு அவன் ஆபீஸுக்குப் போனேன். அரட்டையடித்தபடியே அவன் வாயைக் கிண்டினேன். அவனும் என்னைக் கண்டவுடன் பெருமையுடன் தன் பிரதாபங்களைச் சொல்லிக் கொண்டான். தன் பிசினஸ் கொழுத்து வருவதைப் பற்றிப் பிதற்றிக் கொண்டான். பார், எத்தனை ஆர்டர்கள்... எத்தனை செக்குகள்... கவனித்தாயா? என்று சொல்லி என் பக்கமாக பல காகிதங்களை வீசி எறிந்தான். நானும் ஏதோ அலட்சியமாக அவற்றின் பேரில் கண்களை ஓட்டினேன். என்ன அதிசயம்! ஒரு செக்கில் 'பீ. சூர்தாஸ்' என்று கையொப்பம் போட்டிருந்தது! உடனே நான் அதைக் கூர்ந்து கவனித்தேன். அந்த செக் சத்துருக்னபுரி பாங்கைச் சேர்ந்தது."

"தன் நண்பர்கள் சிலரை பிசினஸுக்காக சுப்பாமணியிடம் அனுப்புவதாக சோமு மாமா நேற்று சொன்னார்" என்று இடையே சொன்னாள் நீரா.

சுந்தர் தலையை அசைத்தான். "ஆம். அந்த நண்பரில் ஒருவன்தான் பீ. சூர்தாஸ் என்னும் சோமு மாமா. ஆனால் அந்தச் செய்தியை நான் சுப்பாமணிக்கு அறிவிப்பதாக இல்லை. அவனைப் பொறுத்தவரையில் பீ. சூர்தாஸ் என்பவர் சோமு மாமாவின் நண்பர். அவர் சோமு மாமா மூலமாக தன்னிடம் பிசினஸ் நடத்துவதாக சுப்பாமணி எண்ணியிருக்கிறான். அப்படியே இருக்கட்டுமென்று, நான் அவனிடம் ஒன்றையும் காட்டிக் கொள்ளாமல் மேலும் கொஞ்ச நேரம், ஏதேதோ பேசிக் கொண்டிருந்துவிட்டு, அவசரப்படாமல், சாவதானமாகப் புறப்பட்டு வந்தேன்.

வெளியே வந்தவுடன் நேரே சத்ருக்னபுரி பாங்குக்குப் போனேன். மற்றும் ஒருமுறை அதிர்ஷ்டம் என் பக்கம் இருந்தது. 'பி' கவுண்டர் குமாஸ்தா நம் ரங்கசாமி தாத்தாவின் பேரன் என்று தெரிந்தது. 'என்னடா சங்கதி?' என்று அவனுடன் கொஞ்சம் வம்பளந்தேன்."

"அதில்தான் கை தேர்ந்தவர் ஆயிற்றே" என்பது போல் நீரா அவனை முறைப்புடன் பார்த்தாள்.

அவளைக் கவனியாதது போல் அவன் மேலே சொன்னான். "கடைசியில் பீ. சூர்தாஸ் என்று எனக்கு ஒரு நண்பர் இருப்பதாயும் அவரை ரொம்ப நாட்களாகப் பார்க்க வேண்டுமென்று ஆசைப்படுவதாயும், ஆனால் விலாசம் தெரியவில்லையென்றும் சொல்லி, 'அவர் இந்த பாங்குக்கு அடிக்கடி வருவதாகக் கேள்விப்பட்டேன்; விசாரிக்கலாமென்று வந்தேன்' என்றேன். என் யுக்தி பலித்து விட்டது. அவன் நான் சொன்னதை அப்படியே நம்பி விட்டான். பீ. சூர்தாஸ் என்பவர் தன் கவுன்ட்டர் லெட்ஜரில் இருப்பதாயும், அங்கே அடிக்கடி வருவதாயும், அப்படி அடுத்த தரம் வரும்போது, அவரிடம் சங்கதியைச் சொல்லிக் கட்டாயம் அவர் விலாசத்தை வாங்கித் தருவதாயும் வாக்களித்தான். ஆனால் நான் அதற்கு இசையவில்லை. இத்தனை நாட்களாக அவரைப் பார்க்காததினால் இப்போது திடீரென்று அவரைச் சந்தித்து, திகைக்கவைக்க வேண்டுமென்று ஆசைப்படுவதாகச் சொன்னேன். அவன் இதையும் நம்பினான்."

"பாவம்! ரங்கசாமி தாத்தா பேரனுக்கு உங்களைப் போலுள்ளவர்களைப் பழக்கமில்லை போலிருக்கிறது" என்று வெட்டினாள், நீரா.

சுந்தர் அவளைக் கவனியாமல், "கடைசியில் பீ. சூர்தாஸ் அடுத்த தடவை கவுன்ட்டருக்கு வரும்போது, எனக்கு அவன் போன் செய்வது என்று ஒப்பந்தம் செய்து கொண்டோம்" என்று மேலும் கூறினான்.

“இது நடந்து இரண்டே நாட்கள்தான் ஆகின்றன. அதற்குள் நான் ஒருவித விளைவும் எதிர்பார்க்கவில்லை. என்ன ஆச்சரியம்! இன்று காலை அந்த குமாஸ்தா போன் செய்தான். நான் போனபோது பீ. சூர்தாஸ் என்னும் சோமு மாமா கவுன்ட்டர் எதிரில் நின்றுகொண்டு ஏதோ எழுதிக் கொண்டிருந்தார். குமாஸ்தா கையைத் தூக்கி இவர்தான் பீ.சூர்தாஸ் என்று சமிக்ஞை செய்தான். நான் அதைக் கவனியாதது போல் நழுவி விட்டேன். இதற்கு மேல் என்ன ருசு வேண்டும்? பீ. சூர்தாஸ் என்னும் சோமு மாமா வெகு நாட்களாக நம் கம்பெனிப் பணங்களைக் கையாண்டு வந்திருக்கிறார் என்று தெரிகிறது.”

“ஆனால் அந்தச் செக்கை அவர்தான் மாற்றினார் என்று சொல்ல முடியாது, இல்லையா?” என்று நீரா இழுத்தாற்போல கேட்டாள்.

“அவராகத்தான் இருக்க வேண்டும். காரணங்கள் பல இருக்கின்றன. உனக்குத்தான் எல்லாம் தெரியுமே?”

நீராவால் இதற்குப் பதில் சொல்ல முடியவில்லை. சோமு மாமாவையும் குற்றவாளி என்று ஏற்க அவளுக்கு மனம் வரவில்லை. அவள் எப்போதும் போல், டாக்டர் தனக்குப் பக்கபலமாக இருப்பான் என்று எண்ணி அவனைப் பார்த்தாள்.

ஆனால் அவன் அதற்கு மாறாக, “சோமு மாமா குற்றவாளி என்று உறுதியாக நம்புவதாகத் தெரிந்தது. இன்னுமா உனக்குச் சந்தேகம்? அதுதான் சுந்தர் அவரை நேரிலேயே பார்த்து விட்டானே. அதற்கு மேல் என்ன?” என்று கேட்டான்.

நீராவின் மன நெகிழ்ச்சி அவனுக்குப் பிடிக்கவில்லை என்பது நன்கு புலப்பட்டது.

அவள் தயங்கினாள்.

சுந்தர் புரிந்து கொண்டான். “நீராவிற்கு என் வார்த்தைகளில் நம்பிக்கை விழவில்லை என்றால் நம் கம்பெனி தலைமைக் குமாஸ்தாவைக் கூப்பிட்டுக் கேட்கட்டும். வேண்டுமென்றே,

சாட்சிக்காக இன்று பீ. சூர்தாஸைக் காண பாங்குக்குப் போகும்போது, நான் அவனையும் கூட்டிப் போயிருந்தேன்” என்றான் அவன்.

“பாவம், சோமு மாமா ரொம்பக் கஷ்டமான நிலைமையில் இருக்கிறாரென்று தெரிகிறது. வெங்குவால் அவருக்கு என்னென்ன நெருக்கடிகள் நேர்ந்தனவோ! அப்படி ஒரு நெருக்கம் வந்தபோதுதான் அவர் அந்தச் செக்கை எடுத்திருக்க வேண்டும்! இல்லாவிட்டால் அவர் ஒருபோதும் அப்பாவை ஏமாற்றியிருக்க மாட்டார். அவருக்கு அப்பாவிடம் அப்படி ஒரு விசுவாசம்” என்றாள் நீரா.

‘குற்றம் குற்றம்தான்’ என்று டாக்டர் முணுமுணுத்தான்.

முரளி பேசவே இல்லை. “நீ சொல்வது சரி. அவர் மனம் மிகவும் கிலேசப்பட்டிருக்க வேண்டும். வெங்குவின் பிடுங்கல் ஒரு புறம், உண்ட வீட்டிற்கு இரண்டகம் நினைக்கிறோமே என்ற வேதனை மறுபுறம். அதுதான் அவருக்கு உடம்புகூட நேரில்லை... பாவம். ஏதோ இதய நலிவு என்று கேள்விப்பட்டேன்” என்றான் சுந்தர்.

நீரா டாக்டரை மறுபடியும் பார்த்தாள். ‘கேட்டீர்களா? அவரை மன்னிக்காமல் எப்படி இருப்பது’ என்று கெஞ்சுவது போல் இருந்தது அந்தப் பார்வை. ஆனால் டாக்டர் பிடிவாதத்துடன் அவள் கண்களைச் சந்திக்க மறுத்துவிட்டான். அவளுக்குத் தெரியும், அவன் என்ன நினைக்கிறான் என்று. குற்றமில்லாதவள் நழுவத் தொடங்கி விட்டாள். ஆமாம். நேர்மை தெய்வம் மோசடியை ஏற்கப் போகிறதா? இத்தனை தூரம் கம்பெனிப் பணத்தை வாயில் போட்டுக் கொண்டவரை அவள் மன்னிக்கப் போகிறாளா?

ஆமாம். பேசாமல் நடந்ததை மறந்து விடலாமென்றுதான் அவளுக்குத் தோன்றிற்று. முரளி நிரபராதி என்று தீர்ந்தாய்விட்டது. பின் எதற்காக...? அவள் டாக்டரை மறுபடியும் கெஞ்சும் மாதிரியில் பார்த்தாள். அவன் அசைந்து கொடுக்கவில்லை. வேறு வழியில்லாமல் நீரா தன் முழு

பலத்தையும் வரவழைத்துக்கொண்டு சோமு மாமாவை பழிக்குப் பழி வாங்குவதில் முனைந்தாள். "என்ன இருந்தாலும் அவரைச் சும்மா விடக்கூடாது" என்றாள் ஒரு உறுமலுடன்.

உடனே டாக்டர் அவளைப் பெருமிதத்துடன் பார்த்தான். 'அப்படித்தான் போடு ஒரு போடு' என்பது போலிருந்தது அவன் பார்வை.

"எதற்காக? நாமென்ன அவர் மேல் வழக்குத் தொடுக்கப் போகிறோமா? அப்படிச் செய்தால் நாம் எல்லோருமே அழிந்து போவோமே!" என்று சுந்தர் இடைமறித்தான்.

நீரா மீண்டும் தைரியத்தை வரவழைத்துக் கொண்டாள். "இத்தனை அன்பும் நம்பிக்கையும் வைத்த இடத்தில் துரோகம் செய்தாரே?"

டாக்டர் அவளை ஆமோதித்துக் கரகோஷம் செய்யவில்லை. ஆனால் அப்படிச் செய்ய வேண்டுமென்று அவனுக்கு ஆசைதான் என்று நீரா ஊகித்தாள்.

சுந்தர் சொன்னான். "அவரைக் குற்றம் சொன்னால் அது நம்பேரிலும் திரும்பிக் கொள்ளும். நாம் எல்லோரும் கம்பெனியில் பங்காளிகள். கம்பெனி விஷயங்களைப் யார்வையிடும் வேலையை நாம் அவரிடம் விட்டிருக்கிறோம். ஆனால் நம் சம்மதத்தின் பேரில்தானே அவர் எல்லாவற்றையும் செய்து கொண்டு வருவதாகத் தாத்பரியம்? பார்க்கப் போனால் பீ. சூர்தாஸுக்குக் கொடுத்த செக்குகளில் உன் பெயரோ, என் பெயரோ என் தகப்பனார் பெயரோ, சோமு மாமா கையெழுத்திற்குக் கீழ், இரண்டாவது கையொப்பமாக இருந்திருக்க வேண்டும். யார் கண்டார்கள்? எத்தனை செக்குகளோ எழுதுகின்றோம். சின்னத் தொகைகளை அவரே கொடுக்க அவருக்கு அதிகாரமுண்டு. ஆனால் பெரிய தொகைகளைக் கொடுக்க நாம் யாராவது சேர்ந்து கையெழுத்துப் போட்டுக் கொடுத்தாக வேண்டும் என்பது கம்பெனி முறை. அதனால், இது விஷயத்தில் நாம் எல்லோருமே குற்றவாளிகள்தான்."

“அதற்காக விட்டுவிடுவதா?” நீரா ரோசத்துடன் கேட்க முயன்றாள். ஆனால் அவளுடைய எதிர்ப்பில் பலமில்லை.

“விஷயங்களைப் பகிரங்கமாக்கினால் எல்லோருமாகச் சேர்ந்து நம் கம்பெனியே மோசமென்று பெயர் கட்டி விடுவார்கள்” என்றான் சுந்தர். பிறகு சற்று யோசித்தபடி “ஸ்ரீவித்யா காரியத்தைப் பற்றி யோசித்தாயா?” என்று மேலும் வினவினான்.

அப்போது அம்மா அந்தத் துண்டுக் காகிதத்துடன் உள்ளே வந்தாள். கடைசியாகச் சுந்தர் சொன்னது அவள் காதில் விழவே, காகிதத்தை மறந்து “ஸ்ரீவித்யாவைப் பற்றி என்ன?” என்று கேட்டாள்.

ஒருவரும் அவளுக்கு உடனே பதில் சொல்ல முன் வரவில்லை.

“நீரா... நீதான் ரொம்ப அகப்பட்டுக் கொள்ளுவாய். நீயும் அவரும்தானே ஸ்ரீவித்யாவின் சொத்திற்கு பொறுப்பாளிகள். நீ கணக்குகளை சரியாக கவனித்துக்கொண்டு வந்திருக்கிறாயா? அதில் எத்தனை மோசடியோ? தெரியாமல் நீ அங்கே எவ்வளவு கையெழுத்துகள் போட்டிருக்கிறாயோ?” என்று எச்சரிப்பது போல பேசினான் சுந்தர்.

அம்மா ஒன்றுமே சொல்லாமல் அந்தத் துண்டுக் காகிதத்தை மேஜை மேல் வைத்தாள்.

நீராவின் உள்ளம் துணுக்குற்றது. வரிசை வரிசையாகக் கணக்குகளைப் புத்தகத்தில் அவள் பார்த்திருந்தாள். ஆனால் ஆராய்ந்திருக்கிறாளா? சோமு மாமாவையே அப்படி நம்பியிருந்தாளே... அப்படியும் இப்படியுமாக சில ஆயிரங்கள் போயிருந்தால் அவளுக்குத் தெரியுமா? பலவிதமான காகிதங்களும், பத்திரங்களும் அவளுடைய கையெழுத்தில் போயிருக்கின்றன. சொத்தைப் பற்றி விசாரணை நடந்தால் அவள் கட்டாயம் அகப்பட்டுக் கொள்ளுவாள். சோமு மாமாவிற்கு ஜோடியாய் அவளும் கைதிக் கூண்டில் நிற்க வேண்டும். அப்போதுதான் இதனால் எத்தனை ஆபத்துகள் விளையக் கூடுமென்பது நீராவிற்கு அழுத்தமாகப் புலனாயிற்று.

அச்சத்தினால் அவள் உள்ளம் உரம் கொண்டது.

“இவரையா நான் இத்தனை தூரம் நம்பி இருந்தேன். நம்பினவருக்குத் துரோகம் எண்ணியவரை என்னதான் செய்யக்கூடாது!” என்றாள். தொனியில் கசப்பும் வேதனையும் மேலிட்டிருந்தன.

அதைத் கேட்டு டாக்டர் அவளைப் பெருமையுடன் பார்த்தான். “கவனித்தாயா.... என் குற்றமற்ற நீராவின் உன்னதமான மனப்போக்கை?” என்று கேட்பது போல் அங்குள்ளவர்களைச் சுற்றிப் பார்த்தான்.

“என்னடி... எனக்கு ஒன்றுமே புரியவில்லையே! என்னவெல்லாமோ பேசுகிறீர்களே!” என்று மருண்டாள் அம்மா.

அப்போது முரளி எழுந்து சென்று, கமலாம்பாளைப் பரிவுடன் அழைத்து வந்து, ஒரு நாற்காலியில் அமரச் செய்தான்.

“அம்மா, இருப்பதைப் பார்த்தால், ரொம்ப நாட்களாக சோமு மாமா உங்கள் கம்பெனிப் பணத்தையும் ஸ்ரீவித்யாவின் சொத்தையும் கையாண்டிருக்க வேண்டுமென்று தோன்றுகிறது” என்றான் டாக்டர்.

“ஹா!” கமலாம்பாள் அலறிவிட்டாள். “என்ன... அவரா... அவர் ஒரு எறும்பைக் கூட ஹிம்ஸிக்கமாட்டாரே...” என்று தொடங்கி கமலாம்பாள் பலவாறு புலம்பினாள். எல்லோரும் மௌனமாகக் கேட்டுக்கொண்டிருந்தார்கள். பிறகு, “இது நிஜம்தானா சுந்தர்?” என்று அவனைப் பார்த்தாள்.

அவன் தலையை ஆட்டினான்.

“பாவம், வெங்கு.... எத்தனை கடன் வாங்கினானோ.... என்னென்ன அக்கிரமங்கள் செய்தானோ... அதுதான் காலையில் அந்தப் பெண் வந்து அழுதுவிட்டுப் போயிற்று. அவளுக்கு எப்படியோ சந்தேகம் வந்திருக்கிறது. பாசம் பொல்லாதது. அது சோமு மாமாவையே நேர்ப்பாதையிலிருந்து தவறச்

செய்துவிட்டது. ம்! போகட்டும். இனிமேல் முரளிக்காவது மனசில் ஒரு சாந்தி உண்டாகும் இல்லையா?"

டாக்டர் பெருமையுடன் சொன்னான். "உங்களைப் போல் போகட்டுமென்று சோமு மாமாவை அத்தனை எளிதில் விட்டுவிட நீராவிற்கு இஷ்டமில்லை."

"அம்மா... என்னமோ சுலபமாகச் சொல்லிவிட்டான். அப்பா பெயரென்ன....? நம் கம்பெனி நாணயமென்ன....? என்னுடைய பிறப்பு வளர்ப்பென்ன...? நானா இந்த மோசடியை ஏற்பது? அதுவும், இப்படி சாது வேஷம் போட்டு என்னை ஏமாற்றியதை நினைத்தால், எனக்கு அவரை மன்னிக்க வேண்டுமென்று சிறிது கூடத் தோன்றவில்லை" என்று நீரா குமைந்தாள்.

"நீரா, உன் இதயம் எனக்குப் புரிகிறது. ஆனால் நீ சொல்வது போல் சோமு மாமா வேண்டுமென்று இதைச் செய்திருப்பாரென்று மட்டும் நினைக்காதே. பல வருஷங்களாகப் பாசம் அவர் மனத்தை அவரையும் அறியாமல் அரித்திருக்க வேண்டும். கொஞ்சங் கொஞ்சமாக... வெங்குவிற்கு விட்டுக் கொடுத்து, விட்டுக் கொடுத்து, இந்தக் கதிக்கு வந்திருக்கிறார். ஆனால் தன்னை நம்பி பிரியம் வைத்தவர்களுக்குத் துரோகம் செய்து விட்டோமே என்கிற எண்ணம் அவரை ரொம்பவும் துன்பப்படுத்தி இருக்கும். என்னை நம்பு. அவர் இந்தக் காரியத்தை மனமாரச் செய்திருக்கவே மாட்டார். அதோடு சுந்தர் சொல்லுகிற மாதிரி அவரைப் பழி வாங்குவதற்காக எல்லோருமாகக் குழியில் விழுவது அசட்டுத்தனம்" என்றார் அம்மா.

"நேர்மை தெய்வங்கூட சிறிதளவு இடம் கொடுத்துத்தான் ஆக வேண்டும்" என்று சுந்தர் அவளைப் பரிகாசத்துடன் பார்த்தான். அதற்குப் பதிலாக அவள் அவனைச் சுட்டு விடுகிறது போல் விழித்துப் பார்த்தாள்.

"ஆமாம், நீரா. யோசித்துப்பார். இந்த ஒரு வழிதான் உண்டு என்பது உனக்கே புரியும்" என்று அம்மா மறுபடியும் சொன்னாள்.

'தளராதே, நீரா. அவர்கள் சொல்லுவதை லட்சியம் செய்யாதே. உன்னுடைய நேர்மைப் பாதையிலிருந்து வழுவாதே. உறுதியுடன் எதிர்த்து நில்' - டாக்டர் இவ்வார்த்தைகளைச் சொல்லாவிட்டாலும், அவன் மனத்திலிருப்பதை அவள் உணர்ந்து கொண்டாள்.

தன்னையும் அறியாமல், டாக்டரும் சத்ருக்னபுரியுமாக அவளைத் தூக்கி வைத்திருக்கும் அப்பீடத்திலிருந்து இடறி விழாமல் இருக்க, அவள் பிரயத்தனப்பட்டாள். தளர்ந்த தன் மனோதிடத்தைத் தட்டி எழுப்பினாள்.

சோமு மாமாவை நினைத்து நெகிழும் தன் மனத்தை உறுதியுடன் கெட்டியாக்கிக் கொண்டாள். பிறகு "அம்மா, என்னால் சோமு மாமாவை மன்னிக்க இயலாது" என்றாள்.

"இதோ பார், நீ அவர் பேரில் வழக்குத் தொடுத்தாயானால், உனக்குத்தான் அபகீர்த்தி உண்டாகும்" என்றான் சுந்தர்.

"ஆமாம், பேசாமல் இருந்து விடு. இங்கே இருப்பவர்கள் எல்லோரும் நமக்கு வேண்டியவர்கள். சங்கதியை இந்த அறையுடன் அமுக்கி விடலாம்" என்றாள் அம்மா.

நீரா தன் தாயாரை மலைப்புடன் பார்த்தாள். அம்மாவிற்கு மாத்திரம் எங்கிருந்து இத்தனை நிதானம் உண்டாகிறது?

"அம்மா, உனக்குப் புரியவில்லையா? நான் அப்படிச் செய்தால், இந்த மோசடியை ஒப்புக் கொண்டதுபோல் அல்லவா ஆகும். நேர்மை வழியிலிருந்து வழுவ வேண்டுமென்று நினைக்கும்போது என் மனசு நொந்து குன்றிப் போகிறது."

ஆம்... டாக்டர் அவளை மதிப்புடன் நோக்கினான். 'நீ தவறமாட்டாய், சமாளித்துக்கொண்டு விடுவாய்' என்று அவன் சொல்லுவது போல் நீராவிற்குத் தோன்றிற்று.

"அப்படியானால் விஷயம் முற்றிவிட்டது என்பது போல் சோமு மாமாவிடம் சொல்லிவிடேன். ஒருவேளை நீ அப்படிச் செய்தால்,

அவராகவே எல்லாவற்றையும் சீர்திருத்தி, இனிமேலாவது நேராக நடக்க ஆரம்பிப்பார்" என்றான் முரளி.

"அது சரியாகாது. எனக்கு விஷயம் தெரியுமென்று சொல்லிவிட்டு, அப்புறம் தகுந்த நடவடிக்கை எடுத்துக் கொள்ளாவிட்டால், அது ரொம்ப கேவலமாக இருக்கும். அப்படி நீரா அவருடைய மோசடியை ஏற்கிறாள் என்று கேட்டால், சோமு மாமாவே, திகைத்துவிடலாம். அது கூடவே கூடாது" என்றான் டாக்டர்.

அவனுக்குக்கூட அந்தப் போக்கு வெறுப்பைத் தரலாமென்பதைத்தான் டாக்டர் இப்படிச் சொல்லுகிறானா? நீரா மறுபடியும் டாக்டரின் கண்களைச் சந்திக்க முயன்றாள். அவன் அதற்குச் சம்மதிக்கவில்லை.

"சங்கதியை எவ்விதமாகவும் வெளியிடக் கூடாது. அப்படிச் செய்தால், எல்லாவற்றையும் விட நீராவின் சத்ருக்னபுரி வாழ்வுக்குதான் கெடுதி. என்னமோ ஏதோவென்று பேச்சுகள் கிளம்பும். அதனால் அவள் பெயருக்கு அபகீர்த்தி வரக்கூடும்." - சுந்தர் அழுத்தமாகப் பேசினான்.

இதைக் கேட்டவுடன் நீராவிற்குத் திக்கென்றது. சத்ருக்னபுரியில் அவளுக்கு வீழ்ச்சியா? அபகீர்த்தியா? அதற்கு அவள் தயாராக இல்லை. இத்தனை வருடங்களாக உருவாக்கி வந்த நீரஜாட்சி என்ற அந்த உருவத்திற்கு அழிவா? அதை மாத்திரம் அவளால் பொறுக்க முடியாது. அதைவிட எதை வேண்டுமானாலும் துறக்க அவள் சித்தமாக இருந்தாள்.

ஆமாம்; அவள் டாக்டரைப் பார்த்தாள். ஆம். இனிமேல் அவனுடைய நட்பைக்கூட தியாகம் செய்ய அவள் தயங்கக்கூடாது.

ஒரு நீண்ட மூச்சு விட்டாள் அவள். அதற்கு மேல் போராட அவளிடம் பலம் இல்லை. டாக்டர் என்ன சொன்னாலும், அவளால் இனிமேல் சுந்தருடைய வார்த்தைகளைக் தகர்க்க இயலாது. வேறு எதை வேண்டுமானாலும் பொறுத்துக் கொள்ளலாம், ஆனால் சத்ருக்னபுரியில் இனிமேல் தலை

தூக்க முடியாது என்ற எண்ணத்தை மாத்திரம் அவளால் தாங்க முடியவில்லை.

அவள் தழைந்துதான் போகவேண்டும்.

கடைசியில் அவள் விட்டுக் கொடுப்பது ஸ்ரீவித்யாவிற்காக இல்லை. கம்பெனியின் பெயருக்காகவும் இல்லை.

அப்பாவிற்காகக்கூட இல்லை. தன் சொந்த வாழ்வை, சத்ருக்னபுரியின் வறட்டு வாழ்வைக் காப்பாற்ற இத்தனை நாட்களாகக் கடைப்பிடித்து வந்த நேர்மை பாவத்தைத் துறக்கப் போகிறாள்.

என்ன பயங்கரமான முடிவு? அவள் - நீரா - அப்பாவின் அருமை மகள் - ஒரு மோசடிக்கு உடந்தையாகப் போகிறாள்!

அச் சமயத்தில் அவளுக்கு நீலவேணியின் நினைவு வந்தது. மற்றவர்கள் அவளுடைய வீழ்ச்சியைத் தெரிந்து கொண்டதில் அவளுக்குக் கஷ்டமாக இருக்கவில்லை. ஆனால் நீலவேணிக்கு அது விளங்கிவிட்டால் ? உடனே அவள் அதை சுப்பாமணியிடம் சொல்லக்கூடும். அதன் விளைவாக... நீரா அவசரமாக எழுந்து போய் கதவின் திரையைத் தூக்கினாள். அங்கே நீலவேணியைக் காணவில்லை.

சுந்தருக்கு எல்லாம் புரிந்துவிட்டது. “சுப்பாமணி உன்னை ஒன்றும் செய்ய முடியாது . சும்மா கதை விடுகிறான். அவனை நான் பார்த்துக் கொள்ளுகிறேன்” என்று அவன் நீராவிற்கு தைரியம் சொன்னான்.

இதைக் கேட்டுக்கொண்டே நீலவேணி உள்ளே வந்துவிட்டாள். ஒரு பெரிய தாம்பாளத்தில் காப்பிக் கோப்பைகளை ஏந்தியபடி அவள் அவன் எதிரில் நின்றாள்.

கோப்பை ஒன்றைக் கையில் எடுத்துக் கொண்டே, “வேறு யாராவது ஏதாவது அதிகப் பிரசங்கித்தனம் செய்ய வேண்டு மென்று புறப்பட்டால், அவர்களையும் எனக்குக் காட்டு,

எல்லோருக்கும் சரியான வழி வைக்கிறேன்" என்றான்.

நீலவேணி தன் கருகமணிக் கண்களால் அவனைக் குரோதத்துடன் பார்த்தாள். பிறகு, பேசாமல் தாம்பாளத்தை மேஜை மேல் வைத்துவிட்டுப் போய்விட்டாள்.

"சுப்பாமணிக்கு உங்கள் பண விஷயம் எப்படித் தெரிய வந்தது?" என்று நீரா சுந்தரைக் கேட்டாள்.

"ஆறுமுகம்" என்று அவன் சுருக்கமாக பதிலுரைத்தான். "விசாரிக்காமலே சொல்லிவிடலாம். அவனும் ஒரு புரோக்கர். நிறைய பேசுவான். அவன்தான், தன்னையும் அறியாமல், சுப்பாமணிக்குச் செய்தியை அறிவித்திருக்க வேண்டும்."

அப்போது டெலிபோன் மணி அடித்தது. அம்மா போய் விசாரித்தாள். சுந்தரை யாரோ அவசரமாக அழைப்பதாகத் தெரிந்தது. அவன் அப்புறமாக வருவதாகச் சொல்லிவிட்டு, தன் அலுவலைக் கவனிக்கச் சென்றுவிட்டான்.

"ஊம்... அப்பா இருந்தால் என்ன சொல்லுவார்?" நீராவின் மனம் தடுமாறியது. அவள் அப்பாவின் லட்சியங்களைக் கைவிட்டு விட்டாள். அந்த நினைவு அவளை மிகவும் வருத்தியது. சில நிமிடங்களுக்கு எல்லோரும் தத்தம் சிந்தனைகளில் மௌனமாக ஆழ்ந்திருந்தார்கள்.

பிறகு முரளியும் போக எழுந்தான். "நானும் அப்புறமாக வருகிறேன், நீரா" என்றான் கம்மின குரலில். நீரா நிமிர்ந்து அவனை நோக்கினாள். அவன் எத்தனையோ சொல்ல நினைத்தான். தான் நிரபராதி என்று ருசுவாகி விட்டதால், இனிமேல் முன்னைப் போல் அவர்கள் ஒன்றுகூடி, வேடிக்கையாகப் பேசி மகிழலாமென்று கூற எண்ணினான். ஆனால் அவள் முகம் அவனைத் தடுத்தது. அவள் உள்ளத்தில் நிகழும் போராட்டத்தை அவன் ஒருவாறு உணர்ந்துவிட்டான். குதூகலமாக வார்த்தையாட அது சமயமல்ல என்று புரிந்து கொண்டான்.

“உன்னை எப்போது திரும்பவும் பார்ப்பது? நீ இன்றைக்கே திரும்பிப் போகிறாயா?” என்று கேட்டுக்கொண்டே அவளுடைய பதிலுக்கு நில்லாமல் திரைக்கு அப்பால் போனான்.

அவன் சொன்னது சரி. அவள் உடனே போக வேண்டும். இப்போதே தன் சொந்தக் குடும்பத்தைச் சேரவேண்டும். அங்கேயாவது தன் சுயமரியாதையைத் தட்டிக் கொடுக்க ஆதாரம் கிடைக்கலாம்.

“ஆமாம். நான் இன்றே புறப்பட வேண்டும்” என்று அவள் மறைந்துவிட்ட முரளிக்குப் பதில் சொன்னாள்.

பிறகு, அம்மாவைப் பார்த்துப் பேச முயன்றாள். ஆனால், அவள் தொண்டையிலிருந்து வார்த்தைகள் வெளிவர முடியாமல் தவித்தன. “எல்லாவற்றையும் விட, எதிர்காலத்தை நினைத்தால் எனக்கு பயமாக இருக்கிறது. இப்படியே சோமு மாமாவின் அட்டகாசத்தை நாம் சகித்துக்கொண்டேதான் போக வேண்டுமா?” என்று கேட்டாள்.

“சோமு மாமாவால் இனிமேல் அதை ரொம்ப நாட்கள் நடத்த முடியாது என்று நினைக்கிறேன்” என்று டாக்டர் அமைதியுடன் சொன்னான்.

“பாவம். எத்தனை கஷ்டம் இருந்தால், இப்படி செய்யத் துணிந்திருப்பார்! அவருக்கு அப்பாவிடம் அபார விசுவாசம். இவ்வித வஞ்சனையை இழைக்கும்போது அவர் மனம்தான் என்ன பாடுபட்டிருக்கும்” என்று அம்மா கழிவிரக்கத்துடன் உருகினாள்.

“நீங்கள் சொல்லுவது எத்தனை நிஜமென்று உங்களுக்கே தெரியாது. சோமு மாமா மனம் ஓய்ந்து விட்டார் என்பதில் சந்தேகமில்லை. அவர் இதயம் பலஹீனப் பட்டுவிட்டது. இனிமேல் ஆறு மாதங்களுக்கு மேல் அவர் உயிருடன் இருக்க மாட்டார். அதுதான் இதெல்லாம் ரொம்ப நாட்கள் நடக்காது என்று சொன்னேன்.”

"நிஜமாகவா?" அம்மா திகைப்புடன் கேட்டாள்.

"ஆமாம். நான் இங்கே ஒரு கன்ஸல்டேஷன் விஷயமாய் வந்திருப்பதாகச் சொன்னேனே. அது சோமு மாமா விற்காகத்தான். ஏற்கனவே அவருக்கு இதய பலஹீனம் என்று ஒன்று இரண்டு டாக்டர்களின் அபிப்பிராயம். அதைத் தீர்மானமாக அறிய வேண்டுமென்றுதான் அவர் என்னைக் கூப்பிட்டிருந்தார். நேற்று அவரைப் பரிசோதித்ததும் எனக்கும் பலத்த சந்தேகங்கள் ஏற்பட்டன. உடனே 'எக்ஸ்ரே' போட்டோக்கள் எடுக்கச் செய்தேன். நான் எதிர்பார்த்ததை அவை பளிச்சென்று காட்டிவிட்டன. சோமு மாமாவின் இதயம் ரொம்ப சோர்ந்து மெலிந்துவிட்டிருக்கிறது. படத்தில் அது ஒரு பழைய கறிகாய்ப் பையைப் போல் அகன்று, தொய்ந்து கிடப்பது தெளிவாகத் தெரிந்தது. எந்த நிமிஷமும், அது அறுந்துவிழக் கூடுமென்ற நிலைமையில் இருக்கிறது."

இதைக் கேட்டதும் நீராவிற்கு ஒன்றும் சொல்லத் தோன்றவில்லை.

அம்மாதான் பேசினாள். "பார்த்தாயா? அவரிடம் எதையும் சொல்ல வேண்டாமென்று நாம் தீர்மானித்தது நல்லதாகப் போய்விட்டது. ஏதாவது சொல்லியிருந்தோமானால், அந்த அதிர்ச்சியைத் தாளாமல் அவர் இதயம் உடனே வெடித்திருக்கும்."

"அப்படி ஆனால்தான் என்ன? இப்படி இருப்பதை விட..." டாக்டர் நீராவைக் குறிப்புடன் நோக்கினான்.

அவளுக்கு வேதனையாக இருந்து. மோசடியை ஒப்புக்கொண்டு அவளுடைய நேர்மைக்கு வீழ்ச்சியை விளைவிப்பதைவிட சோமு மாமாவைக் கொன்றுவிட்டிருந்தாலும் பரவாயில்லை என்று சொல்லுகிறானா? அவள் நாற்காலியில் உட்கார முடியாமல் நெளிந்து கொடுத்தாள்.

"விஷயம் அவருக்குத் தெரியுமா?" என்று அம்மா கேட்டாள்.

"தெரியும்."

"அடடா... மரணம் அருகில் வந்துவிட்டது என்ற எச்சரிக்கையை ஏற்பது எவ்வளவு கடினம்" என்றாள் நீரா.

"ஏன்? நாம் எல்லோரும் ஒருநாள் போக வேண்டியவர்கள்தாமே!" டாக்டரின் குரலில் பற்றில்லாமல் ஒலித்த வறட்சியைக் கேட்டு நீரா வியந்தாள். மரணத்தை வெல்லும் விதத்தை டாக்டர் கற்றுவிட்டானா?

அவன் மேலும் பேசினான். "அவருக்கு வயது ஐம்பத்தைந்து. பிள்ளையோ போக்கிரித்தனமாக கண்ட இடங்களில், பணத்தின் மேல் கை வைக்கிறான். சூதாடிக் கூத்தாடி அவர் மானத்தை வாங்குகிறான். அவனுடைய பாவங்களைப் போக்க அவரும் வஞ்சனை வழிகளில் இறங்கி விட்டார். இந்தச் சூழ்நிலையில் அவர் என்ன சுகத்தைக் காணப் போகிறார்? அதைவிடப் போவதே மேல்!"

குரூரமான இரக்கமில்லாத அவ்வார்த்தைகளை நீராவால் ஏற்கமுடியவில்லை. "நீங்கள் சொல்வதில் நியாயம் இருக்கலாம். ஆனால் மரணம் நெருங்கிவிட்டது என்று உணர்ந்த பிறகு அதை சந்தோஷத்துடன் எதிர்கொண்டழைக்க எவனுக்குத் துணிச்சல் உண்டாகும்?" என்றாள்.

'எனக்கா' என்பதுபோல் டாக்டரின் முகத்தில் இனிமையான ஒரு புன்னகை வீசிற்று.

அப்போது நீலவேணி உள்ளே வந்து, "சுப்பாமணி வந்திருக்கிறான்" என்று தலைகுனிந்தபடியே சொன்னாள்.

அவ்வளவுதான். நீரா ஆத்திரத்துடன் எழுந்தாள். ஆனால் அம்மா அவளை முந்திக்கொண்டாள். "வேண்டாம் நீரா, நீ போகாதே! நான் போய் அவனை நாஸ¬க்காக அனுப்பி விடுகிறேன். வீணாக நீ மனத்தை அலட்டிக் கொள்ளாதே" என்று சொல்லி அவளுடைய பதிலுக்காகக் காத்திராமல் விரைந்து சென்றுவிட்டாள். கதவிற்குப் பின்னால் நின்று கொண்டு அம்மா அவனிடம், நயமாகப் பேசுவது நீரா காதிற்கு எட்டியது. ஆனால் நிலைமை மாறிவிட்டதென்று தெரிவிக்க அவள்

தவறவில்லை. இனிமேல் அவனுடைய வெருட்டல் அங்கே பலிக்காது என்பதையும் அம்மா நயமாக விளக்கிவிட்டாள். "அதோடில்லை, நீ நீராவிடம் வந்து இப்படியெல்லாம் சொன்னாய் என்று சுந்தருக்குத் தெரிந்துவிட்டது. அதனால் பேசாமல் போய்விடு, அப்பா. உனக்கென்ன குறைவு? நிறைய சம்பாதிக்கிறாய். சௌக்கியமாக இருப்பதை விட்டு எதற்காக இந்த வீண் தொல்லைகள்?" அம்மா அழகாகப் பேசினாள்.

அவ்வார்த்தைகளைக் கேட்டுக் கொண்டு நீலவேணியும் அங்கே இருந்திருக்க வேண்டும்.

"நீலவேணி, இதெல்லாம் உனக்கும் சேர்த்துத்தான்... விஷயங்கள் உனக்குப் புரிந்திருக்கலாம். ஆனால் பேசாமல் இருப்பதே நல்லது" என்று அம்மா சொன்னாள்.

அப்போது சுப்பாமணி நீலவேணியை குறிப்பாய் பார்த்திருக்க வேண்டும். ஏனெனில் "ஆமாம். கமலாம்பாள் சொல்லுவது போல் நீ பேசாமல் போய்விடு. எனக்கு ஒன்றுமே தெரியாது. என்னிடமிருந்து ஒன்றையும் எதிர்பார்க்காதே" என்று நீலவேணி அறுத்தாற்போல் பேசினாள். அத்துடன் சிறிது மௌனம். எல்லோருமாக அப்புறம் போய்விட்டார்கள் என்று நீரா புரிந்து கொண்டாள்.

அப்பாவின் நாற்காலியில் சாய்ந்தாள். உடனே முள்ளின் மேல் உட்கார்ந்துவிட்டது போல் சட்டென்று துள்ளி எழுந்தாள். அந்த நாற்காலியின் ஸ்பரிசம் அவளை அப்படி ஒரு குலுக்குக் குலுக்கிவிட்டது. அவள் தகப்பனார்! அவளுடைய கொள்கைகள்! யாவும் என்னவாயின? நீரா வழுக்கி விழுந்துவிட்டாள். அப்பாவைப் போல் நேர்மையை நிலை நிறுத்த, எதையும் எதிர்த்துப் போராட, அவளுக்கு பலமில்லை. அவள் ஒரு கோழை. "இந்த மோசடியை ஒப்புக் கொண்ட விஷயம் ஆயுள் பூராவும் என் மனத்தை உறுத்திக் கொண்டே இருக்கும்" என்றாள். பிறகு டாக்டரை பரிதாபகரமாகப் பார்த்தாள்.

அவன் அசையவில்லை.

“டாக்டர், இதற்கு நான் மனமார இணங்கவில்லை என்று நீங்கள் அறிவீர்கள் இல்லையா?” அவள் மன்றாடிக் கேட்டாள்.

இதற்கும் அவன் விடையளிக்கவில்லை. பேசாமல் உட்கார்ந்திருந்தான்.

“டாக்டர்... சிந்தாமணி” அவள் இறைஞ்சிக் கூப்பிட்டாள்.

அப்போதும் அவன் நகரவில்லை. நீராவால் அவனுடைய இந்தப் பராமுகத்தைப் பொறுக்க முடியவில்லை. எப்படியாவது அவனுடைய அந்தரங்க உணர்வைத் தொட்டுவிட வேண்டுமென்று முயன்றாள்.

“டாக்டர், எப்போதுமே என்னிடம் அனுதாபம் காட்டும் நீங்கள், இது விஷயத்தில் மாத்திரம் ஏன் ஒரு கடுமையான தீர்ப்பைக் கொடுத்துவிட்டீர்கள்?”

டாக்டர் சாவதானமாக எழுந்து நின்று கொண்டான். எப்போதும் போல் அவன் முகத்தில் அமைதி, குளிர்ச்சி, படபடப்பில்லாத சாந்தம் இவையே தென்பட்டன.

“அப்போது நீயும் மற்றவர்களைப் போல்தான். உன் குடும்பத்திற்கு, உன் பெயருக்கு, உன் கீர்த்திக்கு ஆபத்தென்றதும், அப்படியே எல்லா நேர்மைத் திட்டங்களையும், மணல் கோட்டைகளை வீழ்த்துவது போல் ஒரு கணத்தில் அழித்துவிட்டாய். நீ பழுதில்லாதவள் என்று நினைத்து, உன்னைக் கொண்டாடி, ஒரு எட்டாத பீடத்தில் தூக்கி வைத்தது என் பிழை. மன்னித்துவிடு. தவறு என்னுடையது.” இப்படிச் சொல்லிவிட்டு, அவள் பதிலுக்குக் காத்திராமல், அவன் விடுவிடுவென்று போய் விட்டான்.

அவன் இனிமேல் திரும்பி வரமாட்டான் என்று நீராவுக்குப் பட்டுவிட்டது. ஆனால் என்ன இது! அந்த உணர்வு அவளுக்கு வருத்தத்தைக் கொடுக்கவில்லையே! இத்தனை நாட்களாக அவனையே நம்பி, எந்த இக்கட்டிலும் அவன் ஆதரவையே எதிர்பார்த்துக் கொண்டிருந்த நீராவிற்கு, அவன் சென்று

விட்டதைக் குறித்துப் பயமோ ஏக்கமோ உண்டாகவில்லை. அதற்குப் பதிலாக ஜில்லென்ற ஒரு சுதந்திர வெள்ளம் அவள் அகத்தை நிரப்பியது. அவள் விடுதலை அடைந்து விட்டாள்! இனிமேல் அவளுக்கென்று சிந்தாமணி ஏற்படுத்தியிருந்த அந்தப் பிரமாணங்களுக்கு அவள் கட்டுப்பட வேண்டியதில்லை. அப்பாடா! குறையில்லாமைக்குச் செய்து வந்த அந்த அடிமைத் தொண்டு அகன்று விட்டது! என்ன வினோதம்! எந்த மனிதனின் அனுதாபத்தைக் கொண்டு அவள் முன் போய்க் கொண்டிருந்தாளோ, அவனுடைய புறக்கணிப்பினாலேயே விடுதலை அடைந்து விட்டாள்! மனத்திரை விலகிற்று. சித்தமும் தெளிந்தது.

அவள் சத்ருக்னபுரி வாழ்வைப் பழித்தது தவறு. சத்ருக்னபுரியென்ன, பரதபுரியென்ன, அவள் பழுதில்லாதவள் என்று, பிறர் தன்னைப் பற்றிக் கொண்டுள்ள அபிப்பிராயப்படி தன் வாழ்வை நிர்ணயிக்க முயன்றதால், அவளுக்கு இந்த அகப் பிடித்தம் உண்டாயிற்று.

நீரா, கண்களை மூடிக் கொண்டாள். அவள் உடல், நாற்காலியில் துவண்டு தளர்ந்து கொடுத்தது. மனமும் ஆசுவாசத்துடன் விடுதலைப் பெருமூச்சு விட்டது. ஆமாம் இனிமேல் அவள் சுயேச்சையாக இருக்கலாம். நிரந்தரமான காற்று வெளியில் சுதந்திரமாகப் பறப்பது போன்ற ஓர் ஆனந்தக் களிப்பு நீராவைக் கவ்விற்று. அவள் 'ஊம்' என்று ஒரு ஆழ்ந்த திருப்தியுடன் நாற்காலியில் தன்னைப் புதைத்துக் கொண்டாள்.

இனிமேல்? அவள் யாரையும் துணைக்கு அழைக்கக் கூடாது. தானாகவே தன் அகத் திரையை விலக்கி, அதன் ஊடே புரையேறியிருக்கும் ரகசியங்களைத் துளைத்துப் பார்க்க வேண்டும். அகழ அகழ எவ்விதமான பயங்கர உண்மைகள் வெளிப்பட்டாலும் கலங்கக் கூடாது. மன உறுதியுடன் அவற்றை நேருக்கு நேராகச் சந்திக்க வேண்டும். பிறகு மனம், சித்தம், மதி, அகம் யாவற்றையும் குடைந்து சென்று சிவமென்ற அந்த ஞான ஒளியைக் காண வேண்டும். அதற்குப் பிறகு அதுவே

அவளுக்கு வாழ்க்கை வழிகாட்டியாக இருக்கும். அப்படி எப்போதாவது (இப்போது நேர்ந்தாற் போல்) அந்த சிவத்தை வதைக்க அவள் புறப்பட்டு விட்டால், மனச்சாட்சி அவளைத் தடுத்து எச்சரிக்கும்.

அவளுக்குப் அப்பாவின் நினைவு வந்தது. தம் மனத்திற்கேற்ப எந்த விஷயமும் சரியென்று அவருக்குத் தோன்றி விட்டால், அப்புறம் பிறருடைய நிராகரிப்பை லட்சியமே செய்யமாட்டார். யார் என்ன சொன்னாலும் கவனிக்காமல், நிச்சயத்துடன் நினைத்ததைச் செய்து முடிப்பார். ஆம், அவளுடைய புதிய சங்கற்பத்தை அப்பா கட்டாயம் மெச்சுவார். பிறர் என்ன சொன்னாலும், நம் மனச்சாட்சிக்கு மாத்திரம் நாம் துரோகம் செய்யக் கூடாது என்று அவர் எத்தனை முறைகள் சொல்லியிருக்கிறார்! என்ன மதியீனம்! பிறருடைய லட்சியங்களைக் கொண்டு அவள் வாழ்க்கையைக் குழப்பிக் கொண்டாளே!

அப்போது ஒரு கரம் அவளை மெதுவாகத் தீண்டுவதை உணர்ந்தாள். 'அம்மா' அவள் அக்கரத்தைப் பற்றித் தடவிக் கொடுக்கப் போனாள். அடுத்த நிமிடம் திடுக்கிட்டுக் கண்களைத் திறந்தாள். அது அம்மா அல்ல. அம்மாவிற்குப் பதிலாக சுந்தர் அங்கே உட்கார்ந்து கொண்டிருந்தான். இதை அறிந்ததும், அவள் சட்டென்று தன் கண்களை மறுபடியும் மூடிக்கொண்டாள். அவன் தைரியத்துடன் அவள் கையை எடுத்து தன் இரு கரங்களுக்கு இடையே பொதித்துக்கொண்டான். பிறகு மெதுவாக அதை வருடினான். அப்போதும் அவள் பேசாமல் கண்களை மூடியபடி இருந்தாள். "நீரா.... நீரா...." அவன் அவள் கையை மிருதுவாகத் தூக்கி தன் கன்னத்தில் வைத்துக் கொண்டான். அப்போதும் அவள் நகரவில்லை. பிறகு லேசாக அதில் ஒரு முத்தமிட்டான்.

நீராவின் இதயம் படபடவென்று அடித்துக் கொண்டது. அதற்கு மேல் அந்த இன்பத் தாக்குதலை அவளால் தாங்க முடியவில்லை. தன் முழு பலத்தையும் வரவழைத்துக்கொண்டு சட்டென்று நிமிர்ந்து உட்கார்ந்து கொண்டாள்.

"உடனே இங்கிருந்து போய்விடுங்கள்!" அவள் குரலில் அவசரம், ஆமாம், அவன் உடனே போக வேண்டும்.

இல்லாவிட்டால்... இல்லாவிட்டால் இறுதியில் அவள் தோல்வி அடைவாள்.

"ஆமாம், போய்விடுங்கள்" என்று அவள் கெஞ்சினாள். அவன் சிரித்தான், ஏதோ ஒன்று அவனுக்கு உந்தல் கொடுத்தது.

"நாடகத்தின் கடைசிப் பகுதி" என்றான். "நீரா, இனிமேலாவது பிடிவாதம் செய்யாமல் என்னை ஏற்றுக் கொள்."

"முடியாது."

"எனக்கு வேண்டியதெல்லாம் ஒருநாள். அந்த ஒரு நாளும் நீ உலகத்திற்குச் செத்தவள், எனக்கு மாத்திரம் உகந்தவள். உன்னுடன் தனிமையில் இருபத்து நான்கு மணி நேரம் இருக்க வேண்டுகிறேன். உன் ஆயுளில் ஒரு நாளை எனக்குக் கொடுப்பது அப்படியொரு கஷ்டமா?"

'ஒப்புக் கொள்' என்று அவள் அகம் ஆதார சுருதி பாடியது. அதை அவள் வேண்டுமென்று கலைத்து விட்டாள்.

"அப்புறம்?" என்று அவனை நோக்கிக் கேட்டாள். "அப்புறம் என்ன? அப்புறம், முடிவு."

அப்புறம் அவனை விட்டுவிட வேண்டுமா? ஓகோ... அதை உணர்ந்துதான் அவள் அவனை இப்படித் துன்புறுத்துகிறாளா?

அவன் அவள் மனத்தை அறிந்துவிட்டது போல் பேசினான்.

"உன்னால் என்னை விட முடியாது. நீ என்ன பிரயத்தனப்பட்டாலும் முடியாது. எங்கே – இதோ என்னைப் பார்த்து 'போ' வென்று அந்த வார்த்தையைச் சொல்லு."

"நான்தான் சொல்லிவிட்டேனே... முடியாதென்று. சுந்தர்.... நம்முடைய அன்பு, தூய்மையாக இருக்கும் பட்சத்தில், நாம் இந்தத் தியாகம் செய்யத் தயங்கக் கூடாது."

"தியாகமா? எதற்காக? யாருக்காக? உன்னுடைய அகந்தையால் நீ தியாகம் செய்வதாய் எண்ணிக் கொண்டிருக்கிறாய்"

நீரா துணுக்குற்றாள். "அப்படியா?"

"ஆமாம், ஏதோ நேர்மை பாவமாம்! அதற்காகத் தியாகமாம்! உண்மைக் காதலைவிட நேர்மையானது எது?"

அவன் சொல்லுவதை தன் அகம் ஏற்றுக்கொள்ளத் துடிப்பதை நீரா உணர்ந்தாள். ஆனால் தழையாமல் வாதாடினாள். "உங்களை அந்த நிபந்தனைக்குக் கட்டுப்படுத்தவில்லை. நீங்கள் போகலாம்."

"சரி, அப்படியே செய்துவிடுகிறேன். இனிமேல், நான் உன்னைப் பார்க்க வரமாட்டேன்." அவன் உறுதியுடன் கூறினான். பிறகு ஒன்றுமே நடக்கவில்லை போல் அலட்சியத்துடன் போக எழுந்தான்.

இதைக் கண்டு நீரா உள்ளூரக் கலங்கினாள். ஆனால் வெளிப்படையாகப் பேசாமல் உட்கார்ந்திருந்தாள்.

அவன் தயங்கினான். "உன்னிடம் உறுதி இருக்கிறது. என்னைப் பார்க்காமல் உன்னால் இருக்க முடியும் அல்லவா?"

"ஆமாம் உங்களைப் பார்க்காமல் இருக்கமுடியும். ஆனால் நீங்கள் உங்கள் அன்பை என்னிடமிருந்து திருப்பிக் கொண்டீர்கள் என்றால், அதை மாத்திரம் ஏற்க முடியவில்லை."

இதைக் கேட்டவுடன் அவன் மறுபடியும் ஆவலுடன் அவள் அருகில் வந்தான். "அப்படியானால் இப்போதே வா..."

"எங்கே?"

"எங்கேயாவது... ஏகாந்தமாய் ஒருநாள். மயில் ராணியிலேயே போய் இந்திரபுரியில் இறங்கிவிடலாம். நாளைக்கு அதே ரயிலில் சத்ருக்னபுரி போய்விடலாம்."

"சுந்தர், என்மேல் இரக்கங்கொள்ளுங்கள். என் வாழ்வையே

பொய்யாக்குவதா?”

“எங்கே, உன் மனதைத் தொட்டுப்பார்த்துக்கொள். அது சொல்லுமே எது நிஜம் எது பொய்யென்று. நீ வாழும் இந்த வாழ்வுதான் பொய். இது ஒரு நாடக மேடை வாழ்க்கை. உண்மை என்னவென்று தெரிய வேண்டுமானால் என்னுடன் ஒருநாள் வந்து இரு. நான் உனக்கு நிஜமான பரிபூர்ண வாழ்வென்றால் என்னவென்று காட்டுகிறேன். ஒரு நாளைக்காவது நாம் நடிக்காமல் மனம் போல் இருக்கலாம்.”

அவன் சொல்லுவதையெல்லாம் தன் உள்ளம் ஆமோதிப்பதைக் கண்டு அவள் கதிகலங்கினாள்.

“வேண்டாம்... என்னை விட்டு விடுங்கள்.”

“சரி, அப்படியானால் இந்தத் தடவை நிச்சயமாகப் போகிறேன்.” அவன் அழுத்தமாய்ப் பேசிவிட்டு, கதவண்டை போனான்.

“போகிறீர்களா?” அவள் குரல் தழுதழுத்தது. “ஆமாம்.”

“என்னிடம் கோபம் கொள்ளாதீர்கள். உங்கள் அன்பை நினைக்கும்போது....” அவள் விக்கினாள்.

அவன் பதில் சொல்லாமல் முதுகைத் திருப்பிக் கொண்டு அவளைப் பார்க்காமல் மறுபடியும் கதவை நெருங்கினான்.

“சுந்தர், வீணாக கேவலம் இந்த அற்ப இந்திரிய சுகத்திற்கா...”

“அற்பமா... இந்திரியமா...?” அவன் சீற்றத்துடன் உறுமியபடி அவளைப் பார்த்துத் திரும்பினான். “நீரா, நீ இன்னுமா உண்மையை உணரவில்லை? அதை நீ தெரிந்து கொள்ளாமல் இருக்க முடியுமா? கேவலம், ரத்தக் கொதிப்பினால் கணப்பொழுதிற்கு உண்டாகும் நப்பாசையைத் தணித்துக் கொள்ளவா உன்னிடம் நான் இதை விரும்பிக் கேட்கிறேன். நீ புரிந்து கொள்ளவில்லை? என் ஆவி உன்னுடன் ஐக்கியமாகத் துடிக்கிறது.”

நீராவிற்கு உள்ளூர நடுக்கமெடுத்தது.

“நீ புரிந்து கொள்ளவில்லை.” அவன் கசப்புடன் மேலே சொன்னான். “சீ... சீ... அதற்காகவா நான் உன்னை இத்தனை வற்புறுத்துகிறேன் என்று எண்ணினாய்?”

அவள் குரல் கம்மியது. “எனக்குத் தெரியும், உங்கள் அன்பு எத்தகையது என்று.” தன்னையும் அறியாமல் அவள் வாயிலிருந்து அவ்வார்த்தைகள் வெளியே வந்தன.

“அதற்காகத்தான் இப்படிச் சித்திரவதை செய்து கொண்டிருக்கிறாயோ?”

“வேறு வழி? என் நேர்மைப் பாதையில் நீங்கள் குறுக்கே நிற்கிறீர்களே!”

“நேர்மை... நேர்மையாவது? இத்தனை நாட்களாக என் அன்பை அனுமதித்தது மாத்திரம் நேர்மையோ?”

அவள் திடுக்கிட்டாள். அவன் சொல்லுவது எத்தனை சரியானது! அவளுடைய குறையில்லாமை என்னும் இந்த பாவம் முற்றிலும் போலி என்று சற்றுமுன்புதானே அவள் முடிவு கட்டினாள். மேலும் அவள் மனமும் அவனை நாடியது. அது பொய் சொல்லுகிறதா? எங்கே மனச்சாட்சியைக் கேள்? அது என்ன சொல்லுகிறது?

அவன் பற்களை நறநறவென்று கடித்தான். “நேர்மை... இதோ பார்த்துக்கொண்டே இரு; அது என்னவென்று உனக்குக் கற்பிக்கிறேன்.” சுந்தர் அவளை பலாத்காரமாக இழுத்து, இறுகத் தழுவிக்கொண்டான்.

“இதுதான் நேர்மை... இதுதான் உண்மை.” என்று முணுமுணுத்தபடி அவள் முகத்தில் முத்தமிட்டான்.

“இதுதான் சத்தியம்... இதுதான் உண்மை வெளிச்சம்... பரமனைக் காணும் சுகம்.”

அன்புப் பிரவாகம் அவள் உள்ளத்தை நிறைத்தது. மெய் சிலிர்த்தது. ஆனால் "வேண்டாம்" என்று கத்தியபடி அவள் திமிறினாள். அவன் மார்பைக் குத்தினாள், "சுந்தர், முடியாது. எனக்கு இஷ்டமில்லை" என்றாள்.

அவள் சொன்னதை லட்சியம் செய்யாமல், மறுபடியும் அவளை நோக்கிப் பாய்ந்தான் அவன்.

நீரா கடைசியாக வரப்போகும் அந்த நிகழ்ச்சியை பீதியுடன் எதிர் நோக்கினாள். ஏதோ தவிர்க்க முடியாத ஒரு நோயைத் தடுக்க முயலுவது போல், அவள் பலமில்லாத, சுரணையற்ற கரங்களால் அவனைத் தள்ளப்பார்த்தாள்.

ஆனால் அவளால் அதற்கு மேல் அவனைத் தடுக்க முடியவில்லை.

அவன் அவளை மறுபடியும் வாரி அணைத்துக் கொண்டான். பிறகு மெல்லிய குரலில் அவள் செவியில் சொன்னான்:

"இன்று ராத்திரியே புறப்படலாம். ஒரே ஒரு இரவு இந்திரபுரியில் தங்கிவிடு. ஒரே ஒரு நாள். அந்த ஒரு நாளைக்கு உன்னை ஒரு கணங்கூடப் பிரியாமல், ஆயிரம் முறை தழுவி, கொஞ்சிக் குலாவி , என் மனக்குறையைத் தீர்த்துக் கொள்ளுகிறேன்."

"சுந்தர்...சுந்தர்... முடியாது!" என்று அவள் முணுமுணுத்தாள். ஆனால் அவன் மார்பை விட்டு அவள் அகலவில்லை. 'முடியாது' என்று வாய் மாத்திரம் தீனமாக முனகிக் கொண்டிருந்தது.

அவளுடைய மன உறுதியை அவன் அறிவான்; இருந்தும் அந்த ஒரு கணத்திற்கு அவளை உச்சி முகர்ந்து இன்புற்றான்.

ஒரு கணம்; முடிவில்லாமல், நெடுந்தூரம் நீடித்து நிற்கும், இன்பம் பொங்கும் ஒரு விநாடி. அதில்தான் எத்தனை ஆனந்தம், எத்தனை நிறைவு, எத்தனை வேகம் அடங்கி இருந்தன! அதை சாசுவதமாகப் பிடித்து வைத்துக் கொண்டால்? பேரன்பின் இருப்பிடமான நிமிடமே! அப்படியே நில் என்று

அழைத்து அதை இறுகக் கட்டிக்கொண்டால்? டங் டங் என்று துடித்துக்கொண்டே அந்த விநாடி மெதுவாக ஊர்ந்தது. அவர்களும் அந்த ஒரு கணத்திற்கு அன்பின் அனுபூதியில் ஒன்றி அப்படியே சமைந்திருந்து விட்டார்கள்.

★★★

கிருத்திகா என்ற பெயரில் திருமதி மதுரம் பூதலிங்கம் எழுதிவந்தார். *புகை நடுவில், சத்தியமேவ, பொன்கூண்டு, வாசவேஸ்வரம், தர்மக்ஷேத்திரே, புதிய கோணங்கி, நேற்றும் இன்றும்* - இவை இவரின் படைப்புலக சாதனைகள்.

1953 முதல் எழுதி வரும் கிருத்திகாவின் நாவல்களில் சமூக அக்கறையும், தொலைநோக்கும் தெரியும். விமர்சன வெளிச்சத்தில் சமூதாயத்தை அடையாளப்படுத்தும் இவர் எழுத்தில் நளினமும், அங்கதமும் சுவை சேர்க்கும்.

ஆங்கிலத்தில் குழந்தைகளுக்கான புத்தகங்கள் எழுதியுள்ளார். இவருடைய சிறுகதைத் தொகுப்பு ஆங்கிலத்தில் வெளிவந்துள்ளது.

www.ingramcontent.com/pod-product-compliance
Lightning Source LLC
LaVergne TN
LVHW100826051026
849519LV00006B/2191
* 9 7 8 9 3 9 1 7 4 8 4 4 9 *